LỤC BÁT PHƯƠNG TẤN

Thơ: Phương Tấn
Bìa: Uyên Nguyên Trần Triết
Tranh: Đỗ Duy Tuấn,
Khánh Trường, Hồ Thành Đức.
Dàn trang: Văn Tuyển Sài Gòn
ISBN: 978-1-0881-3951-6

Nhân Ảnh
Xuất bản 2018
Tái bản 2023

Thế gian chụm giữa cơn đau
Vỡ ra thành lệ rụng vào mộ sâu

Khuya đi trăng dọi mối sầu
Cõi xa vằng vặc một màu quạnh hiu

PHƯƠNG TẤN
TRÒ CHUYỆN CÙNG BẠN

LỤC BÁT PHƯƠNG TẤN gồm những bài thơ lục bát, thường chỉ có 4 câu.

Nhà thơ Phạm Thiên Thư đã mở ra: *"Trời còn để đến hôm nay, tan sương đầu ngõ thơ vây góc trời."* (1)

Nhà văn Trần Hoài Thư thì: *"Vâng. Anh chép lại và in lại khi tuổi đã vào thất thập. Còn tôi, đọc nó khi tuổi cũng quá nhiều và khổ nạn cũng quá nhiều. Con bướm của anh không phải là con bướm mà Trang Tử nằm mơ, mà ngược lại nó thơm ngát thơ. Nó là của anh và của tôi, của một thời để yêu và để sống."* (2)

Và, nhà thơ Luân Hoán đã khép lại: *"Lục bát cứ*

như hơi thở này không bao giờ mai một được." (3)

LỤC BÁT PHƯƠNG TẤN là một tập thơ không nhiều bài, nhưng tôi rất yêu. Mỗi bài là một dấu ấn trong đời chỉ có nhớ thêm chứ không hề quên hoặc bớt. Tôi xin gửi LỤC BÁT PHƯƠNG TẤN đến những người yêu thơ Phương Tấn và đến những ai đó mà tôi mãi yêu. Dù cho đau thương chất ngất hay rộn rã tiếng cười, dù cho bát ngát đìu hiu hay lung linh tình đầu, LỤC BÁT PHƯƠNG TẤN vẫn đằm thắm, thiết tha và thơm ngát thơ.

Phương Tấn
(Cali, 25/6/2022)

(1) Trích: Thủ bút của nhà thơ Phạm Thiên Thư trên các bài thơ lục bát của Phương Tấn.
(2) Trích: "Đọc Lục Bát Phương Tấn Nghĩ Đến Cánh Bướm" của nhà văn Trần Hoài Thư.
(3) Trích: "Một Chút Tình Ăn Theo Lục Bát Phương Tấn" của nhà thơ Luân Hoán.

LỤC BÁT
PHƯƠNG TẤN

TRĂNG MUỘN - *Tranh Đỗ Duy Tuấn.*

TỎ TÌNH

Im nghe bàn ghế thầm thì
Nghe trong sách vở li ti là tình.

Phấn cười bảng cũng lung linh
Mực vui chữ cũng chia tình cho em.

THƯ XANH

Một vườn chim hót trong thơ
Líu lo líu lít thơm tờ thư xanh

Một tà nắng khép bên cành
Khép trong vạt chữ xanh xanh là tình.

NAI VÀNG

Cô học trò bé tí teo
Có hai bím tóc áo thêu tên trường

E chừng trong guốc đầy hương
Sao nghe chim chóc bên đường xuýt xoa.

LỌ LEM

Này này cô bé lọ lem
Ấy tim anh hé riêng em khẽ vào

Mình căn lều ở trong sao
Vui nghe tình thở rạt rào hơi trăng.

TRƯỚC CỔNG TRƯỜNG

Mỗi cô em một bông hoa
Khoe trăm cánh mộng la đà bóng chim.

Mỗi cô em một trái tim
Tình vui hót giữa đồi sim bên đời.

TAN TRƯỜNG

Rào rào chim chóc bay ra
Với lòng em ngậm đầy hoa trong trường

Mực reo theo sách bên đường
Ồ nghe như thể phố phường sang xuân.

NÀNG TIÊN

Anh quỳ lót lụa dưới chân
Lụa thơm đầy gió cho thân là là

Là là cánh én bay ra
Én tha đầy mộng ngậm tà áo xuân.

BÔNG HỒNG

Em cười chúm chím trong hoa
Lòng chen trong lá tình sa trong cành

Em, bông hồng của riêng anh
Của xuân lãng đãng trên nhành thơ ngây.

TRÊN ĐƯỜNG

Đó trăm con mắt theo mình
Ấy ngàn sợi nhớ gửi tình cho em

Tim mình, mình hé cho xem
Kẻo anh gõ lạc bỏ quên chiếc hồn.

LÊO ĐÊO

Lên xe lục cục qua cầu
Ôi anh lẽo đẽo trông rầu rĩ ghê

Nghe trong tiếng guốc đi về
Và trong vành nón xum xuê là tình.

LÃNG MẠN

Cặp kè xe bước bên xe
Rẽ hoa rắc hạt lòng ve vãn lòng

Chỉ hồng trăm sợi nghìn bông
Má hồng bỏ lạc bên sông cũng buồn.

BỎ TRƯỜNG

Em xa, xa lắc xa lơ
Tôi buồn lớp cũng ngẩn ngơ với trường

Tiếng ve sầu rụng bên đường
Hạ chưa hết hạ chuồn chuồn kêu thu.

TRONG GƯƠNG

Chim về lãng đãng dưới khe
Quần hồng phơ phất chỉ se bên giường

Thương mình thương quá là thương
Có nghe tình động trong gương rập rềnh.

@ ***Lung Linh Tình Đầu*** *gồm 13 bài thơ lục bát, mỗi bài 4 câu: Tỏ Tình, Thư Xanh, Nai Vàng, Lọ Lem, Trước Cổng Trường, Tan Trường, Nàng Tiên, Bông Hồng, Trên Đường, Lẽo Đẽo, Lãng Mạn, Bỏ Trường, Trong Gương. Làm trong 4 năm dạy học tại Biên Hòa (1971 - 1974).*

KHỔ HẢI - Tranh Khánh Trường.

NGƯỜI CON GÁI GIỮA BIỂN

Và theo hồn khói bay vào
Vút cao lượn sóng xạc xào hồng hoang

Ôm con nước đỏ mênh mang
Với thân là lượn với đàng chênh vênh

Xô lên, mình vỗ bồng bềnh
Xuống theo mình xuống lênh đênh lửa rừng

Thân con gái cháy bừng bừng
Trông tôi rời rã người mừng lắm sao!

Ngây ngô người vẫy tay chào
Đó hồn sầu muộn máu trào ra khe.

(1961)

NGƯỜI ĐÀN ÔNG ĐI VÀO

Xuồng con chừng cũng động ngàn
Sóng xô mặc sóng tay chèo mặc tay

Lấm lem cồn bãi trang bày
Đó chân đạp đất, đấy đầu cụng non

Mình nghiêng vai, vó dập dồn
Ấy thân gạch ngói nọ hồn vu sơn

Trông qua lau lách chập chờn
Ngó về nhân ảnh xanh rờn khói sương

Nhẹ tay, băng hoại khôn lường
Trừng trừng nhìn xuống trăm đường đớn đau.

(1962)

@ Hai bài thơ lục bát: Người Con Gái Giữa Biển và Người Đàn Ông Đi Vào được trích trong tập thơ **Di Bút Của Một Người Con Gái** bút hiệu Thái Thị Yến Phương, NXB Nhân Ảnh xuất bản 2017, tái bản 2019.

VẠT NẮNG BAY QUA TÀ ÁO TÍM - Tranh **Đỗ Duy Tuấn**.

MÈO ĐÊM

Ta giong thơ, chạy quanh người
Lửa khua hồn mỏng ta cười đầy tay.

Người theo ta, xuống phương này
Ta theo người xuống chăn bầy nhân gian...

(Gửi NT Thụy Vũ, 1963)

ĐỔ VẠ

Con trâu đủng đỉnh kêu buồn
Và còn đổ vạ chuồn chuồn kêu mưa

Thập thò bậu vịn rào thưa
Và còn đổ vạ dạ chưa bén tình!

TRÚC MAI

Bậu cười tí tửng tí ta
Bớ ai cắc cớ ghẹo xa ghẹo gần

Bậu ơi tình nở vàng sân
Nựng em tình ẳm bậu gần trúc mai.

THÚT THÍT

Ôi chao buồn nẫu buồn na
Chiều đi úp bóng xuân pha giọng sầu

Bậu đâu tình hỡi bậu đâu
Cau ngồi thút thít thương trầu héo queo.

CHỎNG CHƠ

Dưng không thành quách lăn quay
Tình kêu thắt ruột nhạn bay dật dờ

Đò đi bến đứng ngẩn ngơ
Bậu đi hồn rớt chỏng chơ bên đời.

(2020)

@ **Chỏng Chơ** gồm 4 bài thơ lục bát, mỗi bài 4 câu: Đỗ Vạ, Trúc Mai, Thút thít, Chỏng Chơ.

RU PHƯƠNG, PHƯƠNG NGỦ ĐI THÔI

Sáng đi chơi Hội An

Trùng trùng con ruộng bên xe
Áo che dạ lẫn quần che động tình.

Trưa ăn cơm dọc đường

Một xuân tình lạc trong cơm
Đũa so chiếc hẹn chiếc thơm da người.

Chiều ngắm biển Mỹ Khê

Một bông cát trổ trong chân
Hai ghe tí tẹo cập dần bồn trăng.

* Đêm ở ngoại ô Đà Nẵng

Một tà lụa khép trong sương
Hai đồng tiền ngậm bên đường con con.

* Khuya vỗ về nhau

Ru Phương, Phương ngủ đi thôi
Còn đêm còn mộng mai rồi rã riêng.

* Và đời đời hai đứa

Ô hay lệ nép bên người
Có xin chỉ mỗi giọt cười cũng không.

(Đà Nẵng, 1965)

O XUÂN

1.
O cười hay tiếng chim kêu
Lúa reo hay tiếng xuân theo đất về

Trời cầm tà nắng vân vê
O che vành nón xum xuê là tình.

2.
Trăng chếnh choáng vịn môi xinh
O lòng ngọt lá, o tình ngọt rau

Môi o ngỡ có quệt trầu
Giàn trầu quệt lấy buồng cau sau nhà.

3.
Tay o xinh ngỡ cành hoa
Cành hoa bầu nở la đà bóng chim

Mỗi ngón chân, một ngón duyên
Trổ ra mười búp sen hiền con con.

4.
Mắt o xinh ngỡ lá non
Ô kìa đôi chú chim con rộn ràng

Dưng nghe trời đất mang mang
Gió thu mỏng mảnh se vàng sợi ghen.

5.
Ôi chao xinh lạ là xinh
Lá che sợi nắng thả tình cho mây

Ồ trong vành nón thơm đầy
Hồn o và cả cỏ cây trong trời.

(1986)

@ **O Xuân** thơ **Phương Tấn**, Nhạc sĩ **Trần Quang Lộc** *phổ nhạc và trình bày.*

ĐÁ VỠ - Tranh Hồ Thành Đức.

VÁN KHUA LÁCH CÁCH
HỒN KHE KHẼ VỀ

Khuya xa xác đổ về trời
Phố cao sầu cũng nghe dời vóc hoa

Tay lùa con nước xót xa
Chân lùa bóng vỡ phôi pha thiên tài

Từ anh bỏ lại tuổi mai
Cát vàng thả gió chia hai bạn bè

Bừng bừng xô dạt lòng khe
Ván khua lách cách hồn khe khẽ về.

(Hội An - 1964,
bài thơ thứ nhất gửi Nguyễn Nho Sa Mạc)

THÔI YÊN,
SẦU THỔI NHẠC VÀNG
XUỐNG THÂN

Dấy từ bão cát trôi lên
Cỗ xe người trắng lênh đênh theo về

Ngàn con nước kéo lê thê
Một vùng biển lạ trăm bề hoang mang

Xôn xao lụa gió điêu tàn
Thôi yên sầu thổi nhạc vàng xuống thân.

*(Hội An - 1964,
bài thơ thứ hai gửi Nguyễn Nho Sa Mạc)*

NGÀY HẸN NHAU NGÀY VĨNH BIỆT

Bay lên
    bay lên
        bay lên

Vói em
    hồn thoắt
        bay lên
            vút trời.

Lệ rơi
    lệ rơi
    lệ rơi

Vói em
    xác thả
        rong chơi
            cõi trần.

Chia thân
    chia thân
        chia thân

Vói em
    xin chút
        mộ phần
        làm vui.

(Long Khánh - 1983,
bài thơ thứ nhất gửi LNghi)

NGÀY VĨNH BIỆT
NGÀY HẸN NHAU

Thôi rồi
    bỏ tuổi
        hai mươi

Dưng nghe
    huyệt lạnh
        nỗi cười
            lạnh căm.

Thôi rồi
    tận cõi
        xa xăm

Thương hồn
    nhớ phách
        biệt tăm
            vô thường!

(Sài Gòn - 1983,
bài thơ thứ hai gửi LNghi)

ẦU Ơ, CON ẨM BÓNG THEO TẠ ĐỜI

Mẹ cười bưng bát cơm thiu
Ầu ơ, móm mém hắt hiu phận bèo

Mặc lòng trời đất cheo leo
Ầu ơ, con ẩm bóng theo tạ đời.

CON CƯỜI BÊN MỘ VUI CÙNG NỖI ĐAU

Mót tàn hơi, níu thời gian
Đất trời chết điếng trần gian mịt mùng

Mông lung cát bụi mông lung
Con cười bên mộ vui cùng nỗi đau.

TRĂNG GIÀ VẮT XÁC
BÊN HÀNG TRẦM LUÂN

Cội mai chết tự đêm qua
Đất trời rụng bóng làm nhòa thế gian

Biển im, núi sững, sầu mang
Trăng già vắt xác bên hàng trầm luân.

CÕI XA VẰNG VẶC
MỘT MÀU QUẠNH HIU

Thế gian chụm giữa cơn đau
Vỡ ra thành lệ rụng vào mộ sâu

Khuya đi trăng dọi mối sầu
Cõi xa vằng vặc một màu quạnh hiu.

(Sài Gòn, 1997)

@ *Bốn bài thơ lục bát, mỗi bài 4 câu, làm trong ngày Mẹ mất: Ầu Ơ, Con Ẳm Bóng Theo Tạ Đời, Con Cười Bên Mộ Vui Cùng Nỗi Đau, Trăng Già Vắt Xác Bên Hàng Trầm Luân, Cõi Xa Vằng Vặc Một Màu Quạnh Hiu.*

VÔ THƯỜNG

Tôi chao hồn xuống sông Seine
Ô hay chim chóc sà bên chợt cười

Ngày lên phố lạ chia người
Đưa tay hứng lấy bóng cười từ khi…

Nắng Paris ướt chia ly
Lao xao lá cỏ ngày đi buồn buồn

Giọt thơ ai chạm mà buông
Chòng chành giữa cõi vô thường lạ chưa!

(Paris, 1996 - 2012)

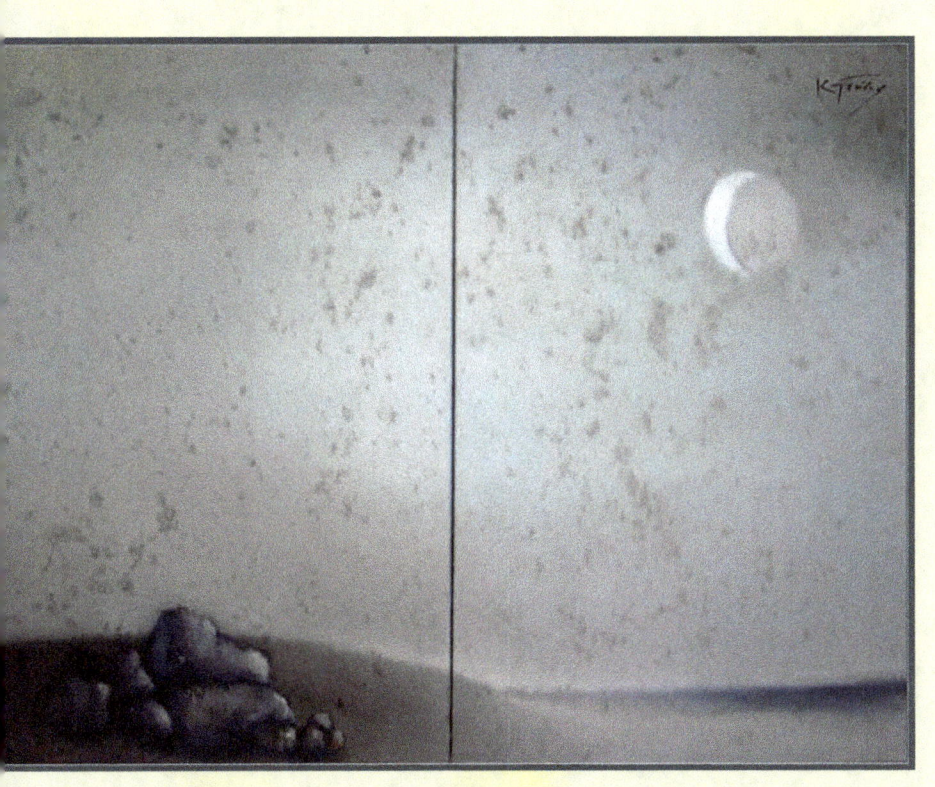

SẮC KHÔNG - Tranh *Khánh Trường*.

BƯỚM HÓT

Lượn lờ đọt lúa giỡn cây
Tre kêu kẽo kẹt vướng đầy bến sông

Mây xanh xanh, bướm hồng hồng
Ngọt ngào bướm hót giữa lòng thế gian.

BÓNG DUYÊN

Em cười yểu điệu mà mê
Chừng nghe xuân động bốn bề ra hoa

Ghét ghê o bướm điệu đà
Phất phơ cánh lụa la đà bóng duyên.

VỊN VAI

Sóng chao giữa chốn vô thường
Dưng không cuồn cuộn tình trường trong ta

Một O bươm bướm mặn mà
Vịn vai kẻ lạ khoe tà áo xuân.

TƯƠNG TƯ

Bướm hồng, hồng ngát sớm mai
Bay qua bỏ lại thiên thai giữa đường

Rụng đầy trong gió mùi hương
Hít hà lạ quá ta dường tương tư.

CÕI MỘNG

Có người phụng phịu ghét ghê
Ngăm nghe bỏ phứt lại mê đến già

O từ cõi mộng bước ra
Gần gần như bướm xa xa như người.

VẪN ĐỢI

Bướm đâu bướm đậu vườn hoang
Cho trầu trổ lá cho vàng buồng cau

Giếng xưa bỗng động tiếng gàu
Người xưa vẫn đợi, chờ nhau tiếng cười.

TIẾNG XƯA

Mộng du trời đất miên man
Cởi dây buộc nắng cho tràn vào đêm

Dư âm vàng rụng bên thềm
Dính trên vai bướm chợt thèm tiếng xưa.

KÊU THU

Bướm đi bướm bỏ lại buồn
Hạ chưa hết hạ chuồn chuồn kêu thu

Thương ai, lòng tạt sương mù
Nhớ ai, dạ đậu mù u mà chờ.

DÂY OAN

Trăng ngồi nhõng nhẽo cùng sao
Bướm tha cọng nắng thả vào dây oan

Tình "kêu tích tịch tình tang" ^(*)
Tình tang tích tịch đôi đàng tương tư.

HƯƠNG QUỲNH

Bướm đậu nhỏ nhẻ thấy thương
Trượng phu mát ruột vấn vương sợi tình

Đất trời như thể lặng thinh
Bóng ai phơ phất hương quỳnh đâu đây.

(*) Ca dao.

NGUYỆT HOA

Bướm cười, nguýt tận bể dâu
Đất trời quýnh quáng để sầu phôi pha

Để buồn từ dạ tan ra
Để vui nó hót nguyệt hoa rộn ràng.

TƠ VƯƠNG

Bụt chùa, e chắc còn mê
Cái cô bướm nọ duyên ghê lạ thường

Tơ hồng rớt xuống sông Tương
Thôi ta buộc mối tơ vương thấu trời.

DUYÊN TÌNH

Trăng khều chú cuội rù rì
Cớ đâu ôm gốc cây si tội tình

Bướm cười xinh thiệt là xinh:
Cái duyên nó buộc cái tình, trăng ơi!

MÌNH ƠI!

Ngẩn ngơ từ buổi kia kìa
Thuở trăng khỏa nước cầm nia sàng tình

Thuở bươm bướm hót tỏ tình:
Mình ơi thiếp lỡ thương Mình. Mình thương?

QUẤY TÌNH

Thương ai quấy sóng sông Đào (*)
Quấy tình ngọt sánh rụng vào canh thâu

Cau kia chớ để thiệt trầu
Trầu thương trầu nhớ kêu rầu ruột gan.

TÌNH CAY

Bóng gần rồi lại bóng xa
Trăng như chếnh choáng như ngà ngà say

Cuội cười, trời đất lăn quay
Khoan hò khoan hỡi tình cay tình nồng.

(*) Ca dao: Muốn tắm mát thì lên ngọn sông Đào.

BẾN KHUYA

Cắm sào ngồi chực thuyền neo
Trăng già rớt bóng chao bèo bến khuya

Tiếng chuông rụng xuống sông kìa
Trầu kia héo cuống cau kia héo buồng.

SẦU TÌNH

Sầu tình, dẫu lấy gàu sòng
Tát thiên thu, vẫn không mong cạn sầu

Bóng câu khoe trúc bạc đầu
Khoe mai tàn cánh khoe màu thời gian.

(Orange County, 2016)

@ ***Ngọt Ngào Bướm Hót Giữa Lòng Thế Gian*** gồm 18 bài thơ lục bát, mỗi bài 4 câu: Bướm Hót, Bóng Duyên, Vịn Vai, Tương Tư, Cõi Mộng, Vẫn Đợi, Tiếng Xưa, Kêu Thu, Dây Oan, Hương Quỳnh, Nguyệt Hoa, Tơ Vương, Duyên Tình, Mình Ơi, Quẫy Tình, Tình Cay, Bến Khuya, Sầu Tình.

@@ ***Ngọt Ngào Bướm Hót Giữa Lòng Thế Gian***, Nhạc sĩ **Lam Duy** chia làm 3 phần. Mỗi phần phổ thành một ca khúc mang tên: Bóng Duyên 1, Bóng Duyên 2, Bóng Duyên 3. Ca sĩ **Tâm Thư** trình bày.

HUYỀN NHIỆM - Tranh *Khánh Trường*.

CHUYỆN ĐỜI XƯA, CÔ TIÊN VÀ CHÀNG THI SĨ

1.
Tròng trành nhớ nhớ thương thương
Sông dường hí hửng sóng dường hí ha
Cười cười lí lắc lí la
Nắng sà nhặt lấy nụ hoa cựa mình...

2.
Ô hay nụ đã ra hoa
Trà mi đã trổ mặn mà thuyền quyên
Nghe đâu có một cô tiên
Vịn vai thi sĩ, dịu hiền bước ra.

3.
Tơ hồng xe thuở nguyệt hoa
Xe đi xe lại bao la là tình
Cỏ cây quẩy nắng lung linh
Thương chi thương lạ ơi tình, tình ơi!

4.
Tiếng chim chật cả khoang đò
Líu lo líu lít hôm đò sang sông
Có ai đốt rạ vườn hồng
Mà thơm mùi lúa mà hong ngọn tình.

5.
Ngọn tình chàng cõng về dinh
Mình thêm mình nữa, hai mình một đôi
Cau tươi trầu quế quệt vôi
Têm mai têm trúc thắm môi đỏ lòng (*)

6.
Dưng không, trời trút cơn giông
Bão đâu úp xuống rối bòng một đôi
Nát lòng xẻ bóng lẻ đôi
Bóng kêu u uẩn. Một tôi giữa đời.

7.
Khoắt khuya trải dạ ra phơi
Ngọn tình ướt lệ thương thời phu thê
Đêm nhàu bỏ lạc sao khuê
Ngó trời trông đất cõi về nhẹ tênh!

(2021)

(*) *Giống tre làm mai mối theo điển tích trong sách "Lưỡng ban thu vũ am tùy bút" mọc trên bờ đầm gọi là "Mai Trúc".*

NGÓ TÂM, THẤY PHẬT CHẮT CHIU CỘI TÌNH

1.

Hổm rày chim chóc ì xèo
Ỏng a ỏng ẹo mè nheo đất trời

Chim thưa, chim đẹp nhất đời
Chèn ơi, mình đẹp ngời ngời hơn chim.

2.

Mình thương, thương thiệt à nha
Dạ trao bên bển, ruột rà ngu ngơ

Chùm hum làm triệu câu thơ
Vẫn không làm nổi câu thơ thương Mình.

3.

Cỏ cây nũng nịu nũng na
Và mây ỏn ẻn mượt mà bóng duyên

Thấy nhãn lồng, nhớ chim quyên [*]
Lia thia nhớ chậu, nhân duyên... nhớ Mình.

4.

Nhớ Mình, nhớ lá trầu cay
Cay cay lại nhớ cau kia... nhớ trầu

Nhớ trầu, cau có khóc đâu
Mà sao ướt cả canh thâu với tình.

5.

Tang tình tang tính tình tang (**)
Thuyền chung. Phận mỏng. Đôi đàng bụi tro

Thương ai, vạc đứng buồn xo
Nhớ ai, bìm bịp co ro kêu chiều.

6.

Lên chùa, tượng Phật buồn thiu
Ngó tâm, thấy Phật chắt chiu cội tình

Cội tình mọc cõi vãng sinh
Khuya khuya giỡn bóng ghẹo hình. Mình ơi!

(2020)

(*) *Ca dao: Chim quyên ăn trái nhãn lồng, lia thia quen chậu vợ chồng quen hơi.*
(**) *Ca dao.*

LẬT TRANG KINH.
TỤNG CHỮ TÌNH

1.

Tung tăng gió giỡn cùng mây
Chao ôi, nắng trải thơm đầy dạ ai!

Í a, bậu quýnh quên cài…
Để thương lồ lộ. Mối mai thập thò.

2.

Qua đây cũng có quạt mo ^(*)
Bậu cười xin đổi ba bò chín trâu

Qua rằng qua chẳng lấy trâu
Bậu ơi lấy bậu tình sâu là tình!

3.

Dưng không, núi đứng chết trân
Còn sông khóc mướt. Cõi trần ngộ ghê!

Bậu ơi, hết bậu ngồi kề
Thơ qua đắng ngắt. Đi. Về. Lạnh tanh.

4.

Im nghe cây cỏ càu nhàu
Chim uyên chắc lưỡi dàu dàu bóng xuân (**)

Cớ chi đậu nhánh trầm luân
Bậu kêu dáo dác. Tình quân điếng lòng.

5.

Lật trang kinh. Tụng chữ tình
Vạn trang kinh mỗi chữ Mình. Mình ơi!

Bậu đi bỏ bóng bỏ đời
Bỏ qua hiu quạnh bỏ trời quạnh hiu.

6.

Núi cao. Cao tít, tít xa
Tịnh không. Đá nở nụ hoa bồ đề

Lành thay! Bụi phủ sông mê
Ô hay thuyền ngộ. Bốn bề là không.

(2019)

(*) Ca dao: "Thằng Bờm có cái quạt mo / Phú ông xin đổi ba bò, chín trâu / Bờm rằng: Bờm chẳng lấy trâu"
(**) Chim uyên (chim uyên ương).

PHỦI TÂM RỚT HẠT BỤI TRẦN

1.
Và trong bụi đất vô minh
Tiếng chuông trầm lụy vọng kinh vô thường

Thương thương. Ghét ghét. Thương thương
Còn đây. Mất đó. Nghe dường rỗng không.

2.
Đừng trông mong. Đừng đợi mong
Lội sông vớt bóng vương dòng phù vân

Phủi tâm rớt hạt bụi trần
Lấm lem khổ lụy dậy mầm phân ly.

3.
Ô kìa ánh chớp từ bi
Gửi trong vô lượng xanh rì nguyên sơ

Ô kìa tiếng khóc trẻ thơ
Thế gian chìm đắm bên bờ tử sinh.

4.
Tay lần hạt. Lật trang kinh
Sắc không. Không sắc. Giật mình. Mình ư?

Lật trang kinh. Tìm chân như...
Phật ơi, đời loạn! Trầm tư, kiếp người!

5.
Ác ma giả khóc giả cười
Níu chân phiền não giả người thiện tâm

Thiện căn trổ nhụy xanh mầm
Pháp thân tọa giữa chân tâm cõi đời.

6.
Chúng sinh nằm gác vai đời
Tiếng chuông rụng xuống đất trời sầu bi

Ô kìa ánh chớp từ bi
Gửi trong vô lượng xanh rì nguyên sơ.

(1964)

(Tại chùa Bà Đen, Tây Ninh năm 1964, Phương Tấn sống cùng thi sĩ Hoàng Tư Thiện, tác giả tập thơ "Trăng Khuyết" - NXB Đà Nẵng 2005, mất ngày 16 tháng 3 năm 2004 tại Đà Nẵng).

@ **Phủi Tâm Rớt Hạt Bụi Trần** thơ **Phương Tấn**, Nhạc sĩ **Cung Minh Huân** phổ nhạc và trình bày.

ÁNH SÁNG TRÊN ĐÁ - *Tranh* Hồ Thành Đức.

À ƠI!

Mẹ buồn!
    quên bẵng
        tiếng kêu

Và con!
    thấp thỏm
        trớ trêu
            phận đời

Quê mình!
    ma đậu
        à ơi

À ơi!
    ma đậu
        rạc rời
            xương phơi.

(1975)

ĐẤT TRỜI VÀ NÚI SÔNG

Đất không lí lắc lí la
Trời không ríu rít ríu ra tỏ tình

Núi sao cứ đứng lặng thinh
Sông sao cứ khóc mỗi mình hỡi sông?

QUẶN LÒNG

Uổng công mẹ bón biển Đông
Phàm phu quậy sóng quặn lòng nước non

Buồn nghe bìm bịp nỉ non
Nhạn kêu thảng thốt đâu còn cố hương!

NƯỚC ƠI!

Cú ca chi khúc thê lương
Héo queo chiếc bóng dặm trường một tôi

Ngóng quê tự chốn xa xôi
Sáo kêu: "Mất. mất. Thôi rồi nước ơi!"

NHỚ XƯA

Nhớ xưa giặc hí vang trời
Ồ khi nước xuống xác phơi đầy thuyền

Đao loan giặc rụng. Tương truyền:
Mình trần. Bỏ ngựa. Ném khiên. Chui rừng.

(Cali, 01/01/2018)

@ **Ngóng Quê** gồm 4 bài thơ lục bát, mỗi bài 4 câu: Đất Trời Và Núi Sông, Quặn Lòng, Nước Ơi, Nhớ Xưa.

ÉN LẠC

Săm se xuân động bên trời
Chào con én lạc có lời hỏi thăm

Quê nào là quê trong năm
Ăn bong bóng trổ như tằm ăn dâu.

KHỔ LỤY

Trăm con khổ lụy theo người
Có xin chỉ mỗi giọt cười cũng không

Thương xuân tình ngậm nơi lòng
Ơi bom mát tựa cùm gông chập chùng.

CHÀO XUÂN

Trời buồn, đất cũng lặng câm
Chào xuân chào giữa hố hầm thôi sao

Ô kia, xác vắt qua rào
Kìa trang anh kiệt ruột bào chít chiu.

KẾT CỎ

Ôi chao hồn đọng trong cờ
Quẫy sông dội núi ta chờ đợi ta

Ấy cây ngậm lá cho qua
Ấy người kết cỏ bao la là sầu.

DỘI BÓNG

Hé vui, thả mộng cho đời
Sớm xuân chuyển lửa thuận trời rồi sao

Võ gươm dội bóng anh hào
Trùng trùng xương dựng rào rào ngựa lên.

THẢ MỘNG

Hé vui, thả mộng cho đời
Sớm xuân biển thẳm non khơi cồn cào

Núi rung. Điệp điệp chiến bào.
Biển gầm. Giặc rã. Sóng trào. Đỏ thân.

MỘNG Ư?

Giũ trăng. Trăng hắt nguyệt tà
Giũ sông. Sông hắt núi sa u tình

Chào xuân, chim chóc lặng thinh
Có con én lạc giật mình. Mộng ư?

(Oklahoma, 1970)

@ **Võ Gươm Dội Bóng Anh Hào** gồm 7 bài thơ lục bát, mỗi bài 4 câu: Én Lạc, Khổ Lụy, Chào Xuân, Kết Cỏ, Dội Bóng, Thả Mộng, Mộng Ư?

NAM MÔ!

Dưng không sông núi chòng chành
Nam mô sầu héo trên cành trầm luân

Én kêu nghe lạnh bóng xuân
Đất trời bì bõm trùng trùng nghiệt oan.

THA HƯƠNG

Đọt tre đã bặt cúc cù
Sụt sùi bìm bịp khóc thu tiếc người

Sao kia vàng úng nụ cười (*)
Nụ kia đỏ rệu thuở người tha hương.

(*) *Cờ đỏ Sao vàng.*

BỎ ĐỜI

Cớ chi con ruộng quắt queo
Cái cò leo lắt, lắt leo phận bèo

Thì ra gió bỏ tiếng kêu
Mây kia bỏ nắng quê kia bỏ đời.

CHẾT NON

Én buồn lủi thủi lủi tha
Cớ chi thút thít thút tha bên đường

Lạnh chiều úp bóng mù sương
Núi sông co rúm như dường chết non!

BÓNG NGƯỜI BÓNG THÚ

Chờn vờn bóng ngả bóng nghiêng
Bóng người bóng thú một miền trầm luân

Buông câu, cá ngó dửng dưng
Vớt tình, tình chết e chừng bõ công.

MÚC NẮNG

Cuốc kêu thúi ruột thúi gan
Ủ ê cánh én lạc đàn, cuốc ơi

Dễ ai múc nắng mà phơi
Cái con nước ấy bời bời canh thâu.

NHẶT BÓNG

Trời chi buồn ngắt buồn ngơ
Phố chi lạ lẫm trơ trơ ruột rà

Ai ngồi nhặt bóng trông ra
Dường nghe vó ngựa xa xa dập dồn.

A MEN!

Thương quê lụm khụm lụm kha
Quắt quay tay chạm chân va lưng đời

Chỏng chơ côi cút bên trời
Chúa xa, xa tít có lời... a men!

(Việt Nam, 2019)

@ ***Én Kêu Nghe Lạnh Bóng Xuân*** gồm 8 bài thơ lục bát, mỗi bài 4 câu: 1. Nam Mô, Tha Hương, Bỏ Đời, Chết Non, Bóng Người Bóng Thú, Múc Nắng, Nhặt Bóng, A Men.

OAN KHIÊN

1.
Nắng tàn chinh, rụng trong chiều
Oan khiên líu lưỡi buồn thiu đất trời
Chiến bào quẩy xác mà chơi
Kiếm cung ủ dột thây phơi giữa đời.

2.
Tưởng đâu chiến trận vang trời
Thưa không. Sông khóc, lệ thời khô queo
Tưởng đâu. Đâu tưởng trớ trêu
Tang bồng ngơ ngác. Bọt bèo ngác ngơ.

3.
Núi ơi. Tiên đứng thẫn thờ (*)
Biển ơi. Rồng ẵm dật dờ bầy con
Nước non, ơi hỡi nước non
Cũng cùng núm ruột trăm con rạc rời.

4.
Anh hào chìm lỉm giữa khơi
Cuốc kêu chi cuốc. Đội trời mà đau
Tương tàn. Lấy máu mà lau
Cờ vàng đỏ lửa xưa nào lạ chi! (**)

5.
Nhạn giàn giụa, khóc phân ly
Giang sơn mạt lộ từ khi giặc về
Giặc như ma. Giặc tứ bề
Giặc trong rừng rậm. Ê chề quê cha (***).

6.
Lạ đời, thời buổi can qua
Đấu cha tố mẹ mới là trung kiên
Lạ đời, thời buổi đảo điên
Mùa xuân trốn biệt tận miền chân như.

7.
Hỏi ngày. Trời đất ngất ngư
Hỏi đêm. Biển động dường như sóng gầm
Hỏi người. Tưởng hỏi cõi âm
Hỏi mình. Cười ngất. Cười bầm ruột gan!

(1975 – 2021 / The Fall of Saigon)

(* & ***) *Truyền thuyết con Rồng cháu Tiên của dòng giống Việt.*
(**) *Cờ Đỏ sao Vàng.*

MẸ TRÔNG CHA GIỮA CHIẾN TRƯỜNG MẬU THÂN

Ôi chao cờ khởi phân chia
Xương chia. Cốt chẻ. Ô kìa giặc lên

Nghiêng sông bão thả bao ghềnh
Thương con cuốc nổi lênh đênh kêu chiều

Mẹ trông cha, đứng buồn thiu
Bao nhiêu huyễn mộng bấy nhiêu mộ phần.

(Huế, 1968)

TÚY NGỌA SA TRƯỜNG QUÂN MẠC TIẾU ⁽*⁾

Từ tâm thu lại di truyền
Chân con giải phóng bóng thuyền vong lưu

Hỗn xô tay phất oan cừu
Tiền thân tự đó thu mình quạnh hiu

Ý lao lung, ý tiêu điều
Ý trong lưng ngựa dập dìu thổi lên

Mạng buồn một kiếm lênh đênh
Một gươm vóc nọ trôi lên chiến trường

Đạn chim chíp vỡ hoàng lương ⁽**⁾
Thây lăn lóc vỡ thiên đường hò reo.

(Việt Nam, 1946 -1975)

(*) *Câu thơ trong bài thơ Lương Châu Từ của Vương Hàn.*
(**) *Hoàng lương (kê vàng): Tất cả là huyễn mộng.*

CẢM NHẬN VỀ
LỤC BÁT PHƯƠNG TẤN

MÙA XUÂN TRÊN QUÊ HƯƠNG - *Tranh Hồ Thành Đức.*

* **Nhà thơ Luân Hoán**

MỘT CHÚT TÌNH ĂN THEO LỤC BÁT PHƯƠNG TẤN

Thơ văn là vóc dáng của một số ít người, thơ văn là hồn vía của một số nhiều người. Tìm hiểu về thơ văn phải đi vào sáng tác của người cầm bút. Tôi không làm điều đương nhiên này ở đây, trong trường hợp Phương Tấn. Chính xác hơn, tôi sẽ chỉ nhắc đến thơ anh một cách hời hợt; không đúng là một bài giới thiệu tác phẩm. Tôi muốn phổ biến "thân thế sự nghiệp" anh. Qua đó, bạn đọc có thể tùy nghi hiểu về sinh hoạt một đời của một người làm thơ. Công việc của tôi thật gọn nhẹ bởi chỉ cần đọc tiểu sử của Phương Tấn được ghi trong cuốn "Tác Giả Việt Nam" [*] để so sánh với riêng tôi:

Anh ít hơn tôi 5 năm trong cuộc sống, ít hơn một số cơ hội in sách nhưng nhiều hơn tôi về sinh hoạt trong báo chí và diện tích phổ biến thi ca có văn bản cụ thể sớm hơn. Nhớ thời thập niên sáu mươi, tại Đà Nẵng, những ai yêu thích đọc sách, báo hình như đều biết đến bút danh của anh.

Nhìn chung, anh là một người năng động, tích cực sinh hoạt trong lãnh vực văn học nghệ thuật miền Nam Việt Nam.

Anh viết văn, làm thơ qua các chủ đề: Gợi mở khuôn mặt chiến tranh Quốc Cộng, triển lãm thân phận nhược tiểu của dân tộc, trình bày những suy tư nội tâm trước thời thế. Và cuối cùng thực hiện nhiệm vụ thiêng liêng của một người làm thơ: viết về tình yêu trai gái, lứa đôi, bè bạn.

Thơ Phương Tấn đa dạng, bạn đọc sẽ bắt gặp ngay khi lắng lòng đọc thi phẩm này của anh. Mỗi sáng tác, nhà thơ đã ghi lại năm tháng làm ra nó. Những ghi chú này chính là dấu chân của tác giả đã bước qua từng chặng tâm sự, hồn vía của chính mình, kéo theo những người đồng hành cùng thời, có chung một tâm trạng.

Khi nghĩ về tình quen thân cũ, Phương Tấn muốn tôi góp một chút hơi làm duyên cùng thi phẩm của anh. Rất vui nhưng cũng rất ngại, thật không thể từ chối dù biết mình sẽ phụ lòng tin tưởng của bạn.

Đọc thơ Phương Tấn cũng như bất cứ tác giả nào,

tôi đều rất thích, rất hết lòng. Nhưng để sắp xếp thành bài bản như một bài giới thiệu nghiêm chỉnh, thật rất khó đối với tôi. Rất may, Phương Tấn chỉ cho đọc lại một chùm lục bát của anh; không yêu cầu gì ngoài ít dòng gọi là còn có bên cạnh nhau.

Đọc thơ, tôi có thói quen chú trọng đến kỹ thuật viết. Tôi nói điều này dư thừa, nhưng vẫn muốn xác nhận: Phương Tấn là một tay thơ già dặn và đều tay trong thể lục bát. Đọc sáu tám anh viết, xuôi chảy êm đềm, không gợn lên vần vè ai cũng làm được. Cái hồn ca dao giữ ấm áp câu thơ giúp người đọc không chán. Đọc để cùng biết nhớ nhung, bâng khuâng cùng người viết về một vấn đề, một tâm sự. Tôi vô cùng lạc quan khi đọc thơ lục bát. Từ những tác giả thành danh xa xưa đến những người mới viết theo lứa tuổi đời, họ đều rất tài hoa trong thể loại thơ dân tộc này.

Tôi gần như thích thú khi đọc Bùi Giáng, Huy Cận, Viên Linh, Cung Trầm Tưởng, Nguyên Sa, Nguyễn Hữu Nhật, Hoàng Lộc, Lê Hân, Phan Ni Tấn, Ngã Du Tử, Nguyễn Nhân, Thiếu Khanh, Ngô Tịnh Yên, Đồng Thị Chúc, Hạ Quốc Huy, Du

Tử Lê, Hiền Mây, Chiều Xưa, Cao Thoại Châu, Sỹ Liêm, Quan Dương, Thái Tú Hạp, Nguyễn Đăng Trình... Phương Tấn không thể sót trong danh sách mà tôi không thể liệt kê đầy đủ này. Có thể tham lam mà nói chắc rằng tôi mê lục bát, tôi quí mọi người viết lục bát.

Trở lại với Phương Tấn. Một tâm hồn bình dị, một cảm nhận trung bình như tôi, không thể không thích những bài tình học trò của anh. Cụ thể như sau:

Im nghe bàn ghế thầm thì
Nghe trong sách vở li ti là tình

Phấn cười bảng cũng lung linh
Mực vui chữ cũng chia tình cho em.
                           (Tỏ Tình)

Một vườn chim hót trong thơ
Líu lo líu lít thơm tờ thư xanh

Một tà nắng khép bên cành
Khép trong vạt chữ xanh xanh là tình.
                           (Thư Xanh)

Em xa, xa lắc xa lơ
Tôi buồn lớp cũng ngẩn ngơ với trường

Tiếng ve sầu rụng bên đường
Hạ chưa hết hạ chuồn chuồn kêu thu.
(Bỏ Trường)

Rào rào chim chóc bay ra
Với lòng em ngậm đầy hoa trong trường

Mực reo theo sách bên đường
Ồ nghe như thể phố phường sang xuân.
(Tan Trường)

Không nhiều, mỗi bài gói gọn bốn câu. Rõ ràng khung cảnh, giàu có hình ảnh, lung linh chân tình... tất cả man man bát ngát sự yêu thương. Hình ảnh đẹp, cụ thể thiết tha như có thể sờ nắm được. Tình của Phương Tấn thuở cắp sách là tình vui, tình hạnh phúc của sự gắn bó tinh khiết và chân tình. Lục bát cứ như hơi thở này sẽ không bao giờ mai một được.

Những câu đẹp khác trong tình yêu của Phương Tấn:

Em cười chúm chím trong hoa
Lòng chen trong lá tình sa trong cành

Em, bông hồng của riêng anh
Của xuân lãng đãng trên nhành thơ ngây.
(Bông Hồng)

Chim về lãng đãng dưới khe
Quần hồng phơ phất chỉ se bên giường

Thương mình thương quá là thương
Có nghe tình động trong gương rập rềnh.
(Trong Gương)

Dĩ nhiên lục bát của Phương Tấn không dừng chân ở chặng tình học trò. Anh thả lòng theo nhiều chủ đề cho bè bạn cho quê hương, chiến cuộc. Những nét này bạn sẽ nhìn tận mặt khi chịu khó đọc toàn tập thơ thơm ngát thơ này. Phần tôi, xin dừng lại đây, uống vài hớp nước tỏa khói để ngấm tận lòng dòng lục bát của Phương Tấn. Còn rất nhiều điều đáng nói khi đọc lục bát Phương Tấn. Tôi tin các bạn đọc sẽ tiếp sức tôi cảm nhận tiếp. Cuộc thưởng ngoạn thi ca càng đông vui càng sáng ra những nét đẹp vốn có sẵn trong thơ. Chân tình cảm ơn.

*Thế gian chụm giữa cơn đau
Vỡ ra thành lệ rụng vào mộ sâu*

*Khuya đi trăng dọi mối sầu
Cõi xa vắng vặc một màu quạnh hiu.*
   (Cõi Xa Vắng Vặc Một Màu Quạnh Hiu)

Luân Hoán
(Canada, 4/2017)

(*) **Tác Giả Việt Nam - Vietnamese Authors** do Lê Bảo Hoàng sưu tập, Songvan Magazine xuất bản năm 2005, NXB Nhân Ảnh tái bản lần thứ nhất năm 2006, tái bản lần thứ hai năm 2017. Xin xem phần O & P trang 588/ Phương Tấn.

* Nhà văn Trần Hoài Thư

ĐỌC
LỤC BÁT PHƯƠNG TẤN
NGHĨ ĐẾN CÁNH BƯỚM

Suốt tập thơ "Lục Bát Phương Tấn," có một điều cần phải nêu lên là hầu hết những sáng tác anh "rất yêu." Anh còn cho biết thêm: "Mỗi bài là một dấu ấn trong đời chỉ có nhớ thêm chứ không hề quên hoặc bớt."

Điều nêu lên đây là giá trị do nhà thơ thẩm định chứ không phải nhà phê bình hay nhận định thẩm định. Mà một nhà thơ có tầm cỡ, làm thơ rất lâu, từng chủ trương những tạp chí văn học, từng góp mặt trên những tạp chí thời danh bấy giờ... thì chẳng lẽ không khiến cho chúng ta tin cậy ư? Tôi biết là anh đã chọn rất kỹ, cân nhắc rất kỹ, để anh có thể xem chúng "rất yêu."

Bởi vậy, tôi cảm thấy thừa khi làm nhiệm vụ "bình thơ." Ngược lại phải cảm ơn anh. Nhờ vậy mới biết được con bướm để làm thăng hoa cái cuộc sống quá sức khắc nghiệt này.

Vâng. Anh chép lại và in lại "Lục Bát Phương Tấn" khi tuổi đã vào thất thập. Còn tôi, đọc nó khi tuổi cũng quá nhiều và khổ nạn cũng quá nhiều. Con bướm của anh không phải là con bướm mà Trang Tử nằm mơ, mà ngược lại nó "thơm ngát thơ". Nó là của anh và của tôi, của một thời để yêu và để sống:

Dư âm vàng rụng bên thềm
Dính trên vai bướm chợt thèm tiếng xưa.
(Tiếng Xưa)

Trần Hoài Thư
(NJ, 5/2017)

* **Nhà thơ Nguyễn Nhã Tiên**

TÂM TÌNH MỘT NẺO QUÊ CHUNG

Mượn câu thơ của thi sĩ Huy Cận làm đề từ, để tôi nói về thi phẩm "Lục bát Phương Tấn" do NXB Nhân Ảnh ấn hành. Phương Tấn sinh năm 1946, là lớp nhà thơ đồng thời với các nhà thơ Nguyễn Nho Sa Mạc, Nguyễn Nho Nhượn, Đynh Trầm Ca... vào những thập niên 60 - 70 của thế kỷ trước. Quê Đà Nẵng, nhưng bước chân anh lang thang trên đất Mỹ và các vùng châu Âu từ những năm 1970 cho đến bây giờ. "Lục bát Phương Tấn" được xem như một tập hợp gần trọn một đời thơ anh ở thể loại này. Xin góp cùng thi sĩ một tiếng vỗ tay reo vui, mừng đứa con "lục bát" của anh chào đời trên đất quê người!

Nếu có những con đường dẫn đưa con người ta hành hương tìm lại quê xứ ngày xưa hiện thực mười mươi đất đá dưới chân, thì cũng có những con đường siêu hình, dẫn lối đưa đường cho tâm thức ta hội ngộ lại những nơi chốn đầm đìa dấu chân của một thời hoa niên thơ dại. Hóa ra những con sông - bến đò - sân đình - bãi chợ xanh rêu mấy lớp thời gian kia, giờ đây hóa thành những lối vô tận. Cứ vạch hết lớp mù sương ký ức này lại gặp lớp lớp sương mù ký ức khác, một con đường siêu hình như vậy, thì quả là đi mãi không hết một quê xưa.

Dư âm vàng rụng bên thềm
Dính trên vai bướm chợt thèm tiếng xưa [1]

Vâng, "Lục bát Phương Tấn" đã hòa nhập vào tâm hồn tôi như thế đấy, không theo một lớp lang nào. Trong "Lục bát Phương Tấn", thơ bốn câu đa phần. Nhiều bài lục bát hơi hướm vui nhưng lại đọc buồn, là bởi giống như cảnh xưa, ngõ xưa tôi gặp, nghe xao xuyến từng thanh âm.

Bóng gần rồi lại bóng xa
Trăng như chếch choáng như ngà ngà say

Cuội cười trời đất lăn quay
Khoan hò hoan hỡi tình say tình nồng [2]

Có một điều cũ kỹ tưởng ai cũng biết, rằng thơ lục bát vốn từ lâu đã thấm đẫm trong tâm hồn người Việt. Thấm đẫm từ buổi lời hát ru của mẹ đong đưa bên vành nôi, cho đến những khúc ca dao hò khoan trao gởi tâm tình. Mà tất cả kho tàng quí báu đó đều bắt nguồn từ thơ lục bát, hoặc biến thể lục bát. Dông dài điều cũ kỹ này là ý tôi muốn diễn dịch "Lục bát Phương Tấn" cứ như vằng vặc ánh trăng khuya, xanh tươi vườn cau trầu, vang dội thanh âm tiếng gàu thả vào giếng khuya thăm thẳm... Cho dù bước chân thi sĩ có đêm Paris, ngày London, khuya Texas hay bất cứ nơi nào trên trái đất, thì máu huyết thơ anh, lục bát của anh chừng như đã khảm khắc vào vô thức hằng cửu một quê nhà.

Săm se xuân động bên trời
Chào con én lạc có lời hỏi thăm

Quê nào là quê trong năm
Ăn bong bóng trỗ như tằm ăn dâu (3)

Thơ như thế, dường như thi sĩ Phương Tấn phớt lờ những chuyện hiện đại cách tân lục bát. Chẳng những vậy, có vẻ như anh còn gắng gỏi đắp nên cái ốc đảo lục bát của mình thành một cõi, một miền nồng nàn hơi thở ca dao, như một cách thế làm nổi bật cái chất đồng quê đã dần phai và có nguy cơ bị xóa đi trong đời sống hiện đại.

Tình "kêu tích tịch tình tang"
Tình tang tích tịch đôi đàng tương tư (4)

Cố nhiên, ngôn từ nào cũng ẩn giấu trong lòng nó những tự nghĩa. Nhưng tôi có cảm giác trong thơ lục bát Phương Tấn, những thanh âm "tích tịch tình tang", hoặc là tiếng hò "khoan hỡi hò khoan," hoặc còn nhiều hơn thế nữa, là những tiếng vọng hồi đáp lại một thực tại luôn thao thức ưu tư về cái quê quán tôi xưa siêu hình ở phía chân trời. Chỉ có cái thị lực thi sĩ mới nhìn ra, ngộ ra sự bất khả lãnh hội vô cùng, để niềm cô đơn thăm thẳm thường hằng lên tiếng gọi, như muốn kết nối tình yêu - cái bến bờ hữu hạn tự trái tim mình vào những khát khao hướng tới vô tận.

Sầu tình dẫu lấy gàu sòng
Tát thiên thu vẫn không mong cạn sầu (5)

Và, cái điều "không mong cạn sầu" ấy của nhà thơ, sao tôi thấy hồ như điệp điệp với cái sự "ngập ngừng," sự dang dở của thi sĩ Hồ Dzếnh năm xưa: *Thơ viết đừng xong thuyền trôi chớ đỗ/ Cho ngàn sau lơ lửng với ngàn xưa.*

Vâng, vậy thì Phương Tấn cứ tiếp tục cái tiếng kêu tuyệt vọng của mình, niềm cô đơn của một kẻ "tát thiên thu vẫn không mong cạn sầu" có lẽ cũng là niềm hoan lạc của khổ đau và hạnh phúc, bởi lẽ định mệnh đã lựa chọn anh làm thi sĩ!

Nguyễn Nhã Tiên

(*) **Nguyễn Nhã Tiên**, tác giả: Giọt thơ (Thơ, NXB Chim rừng Pleiku 1970), Cõi về (Thơ, NXB Đà Nẵng 1995), Khúc hồi âm của lá (Thơ, NXB Hội Nhà văn 2003), Ngày bắt đầu truyền thuyết (Bút ký, NXB Đà Nẵng 2004), Một trăm năm thơ Đất Quảng (Công trình biên khảo chung, NXB Hội Nhà Văn 2003), Đi tìm huyền thoại cho đất (Bút ký, NXB Hội Nhà Văn 2015), Ngày bắt đầu truyền thuyết (Ký & Truyện, NXB Đà Nẵng 2018).
(**) (1), (2), (3), (4), (5) trích "Lục bát Phương Tấn."

* Tác giả Nguyễn Xuân Dương

Đôi điều về
MƯỜI TÁM ĐOẢN KHÚC LỤC BÁT
trong bài thơ
NGỌT NGÀO BƯỚM HÓT
GIỮA LÒNG THẾ GIAN
của nhà thơ PHƯƠNG TẤN

Sao lại là 18, phải chăng một sự lựa chọn ngẫu nhiên? Con số 1+8 = 9, con số của nhà Phật và 18 cũng là con số may mắn của nhà Phật. Chỉ một điều này thôi đã tạo cho tôi yêu thơ và cả con người Phương Tấn.

Mười tám đoản khúc mà hầu như đoản khúc nào ông cũng lấy hình tượng cánh bướm để gửi gắm. Cánh bướm tuy mong manh yếu ớt nhưng lại lung linh sắc màu huyền ảo của cuộc sống. Cái hư ảo, cái thực cứ giao thoa hòa quyện vào nhau. Tuy mười tám đoản khúc là mười tám bức tranh riêng biệt nhưng nếu ta biết kết hợp một cách liên hoàn ta sẽ có một bức tranh muôn màu về cuộc sống - Một cuộc sống mà vẻ đẹp của nó có cái gì đó thuộc về sự mong manh ngắn ngủi như đời bướm. Phải chăng ông muốn gửi vào đây cái mong manh ngắn ngủi của đời người, dù ông đã đặt tên cho cả 18 đoản khúc: "NGỌT NGÀO BƯỚM HÓT GIỮA LÒNG THẾ GIAN."

* Đoản khúc 1 / BƯỚM HÓT

*Lượn lờ đọt lúa giỡn cây
Tre kêu kẽo kẹt vướng đầy bến sông*

*Nắng thơm trời trổ mây hồng
Ngọt ngào bướm hót giữa lòng thế gian.*

Ở đoản khúc này nên đặt cho nó cái tên, "Vướng." Bởi chữ "vướng" ở đây chính là từ đinh của đoản khúc này. Tiếng tre kêu kẽo kẹt mà vướng đầy bến sông thì quả là quá tài hoa. *Cảm xúc ở đây vô cùng tinh tế, vô cùng mẫn cảm, có một khả năng liên tưởng thuộc về sự thiên tài* (Đừng cho tôi coi tác giả là một thiên tài). Từ "Vướng" ấy đã nói được đủ đầy nhất về âm thanh và cả về thi ảnh cho một vùng quê thanh bình. Từ "Vướng" như đã níu kéo được vạn vật quần tụ lại ở một bến sông quê. Ở đó có một cánh đồng lúa đang thì con gái đùa giỡn trong nắng hồng và sóng lúa mơ màng. Mặc dù tác giả không dùng một từ "gió" nào mà ta vẫn cảm nhận được là một bến sông nhiều gió qua từ kẽo kẹt. Ở đó đang có những cánh bướm đủ sắc màu bay lượn và cất lên tiếng HÓT. Chỉ có đôi tai thính nhạy của nhà thơ mới nghe được âm thanh của bướm. Hình như cánh bướm va vào nắng gió đã phát ra thứ âm thanh mà chỉ có Phương Tấn mới cảm thụ được

* Đoản khúc 2/ BÓNG DUYÊN

Em cười yếu điệu mà mê
Chừng nghe xuân động bốn bề ra hoa

Ghét ghê o bướm điệu đà
Phất phơ cánh lụa la đà bóng duyên.

Chỉ với hai cặp lục bát mà đã có hai hình tượng đối lập hay giao hòa thì chúng ta còn phải rất nhiều suy ngẫm. Với "em" thì yếu điệu làm mê đắm lòng người. Nhưng rồi thi nhân chợt nhìn thấy cánh bướm điệu đà thì như có sự ghen tức? Sao lại thế? Bướm có lấy đi vẻ đẹp của em đâu mà bướm chỉ tôn vinh em. Thì ra tôi đã nhầm, một sự nhầm lẫn đáng trách chăng? Vì đây không phải là em bằng xương bằng thịt mà đây là một sự hóa thân, nói khác đi trong một giấc mơ dài thi nhân đã không thể nhận biết đâu là bướm, đâu là em. Tiếng cười của bướm ở đây đã làm cho thi nhân mê mẩn rồi ông truyền sang ta cái mê mẩn ấy vì nghe như mùa xuân đang đến gần và đâu cũng một màu của lá hoa xuân tươi tắn. Đôi cánh của Bướm cứ phất phơ phất phơ vừa mong manh vừa hư ảo. Cứ thế Bướm của Phương Tấn cứ khoe duyên cùng trời đất, cùng con người. Và hình như thi nhân lại rất lo lắng vì sợ vẻ đẹp của bướm làm mờ nhạt vẻ đẹp của em chăng?

Đoạn khúc 1 cho ta cảm nhận về một cánh bướm đang giao hòa vào thế gian, còn với đoạn khúc 2 thì vẻ đẹp của bướm đã làm cho thi nhân ghen tị. Nhưng tôi có một cảm nhận ngược chiều vì mấy từ GHÉT GHÊ có cái gì như ỡm ờ. Đó chính là ngôn ngữ của những đôi lứa yêu nhau đắm đuối mà hầu như ít nhất một lần ta được nghe người ta yêu thỏ thẻ: "Ghét ghê cơ!" Hoặc, "Sao dễ ghét thế?" Cái ghét này là "ghét yêu" chăng? Cũng có thể là như thế. Và nếu vậy như tôi đã nói bướm đã trở thành chức năng làm nền cho vẻ đẹp của em. Vẻ đẹp yếu điệu của con người giao hòa với vẻ đẹp điệu đà lượn bay của loài bướm. Rộng hơn, đó chính là sự giao hòa của cuộc đời và thiên nhiên.

*** Đoản khúc 3/ VỊN VAI**

Sóng chao giữa chốn vô thường
Dưng không cuồn cuộn tình trường trong ta

Một o bươm bướm mặn mà
Vịn vai kẻ lạ khoe tà áo xuân.

Ta chưa thật hiểu SÓNG ở đây tượng trưng cho sóng gì? Sóng âm thanh. Sóng điện từ hay sóng nước. Tôi nghĩ nếu là sóng giữa chốn vô thường thì đó phải là sóng đời. Giữa chốn vô thường buồn khổ của nhân gian may thay đã có một o Bướm hiện thân của yêu thương rồi dâng lên từng đợt sóng cuộn trào trong cõi nhân gian này. Từ DƯNG cũng tạo cho ta rất khó cảm nhận. Dưng chứ không phải là nhưng. Bỗng dưng thôi chứ không là một khẳng định.

Vâng. Bỗng dưng một đợt sóng tình ào ạt xô bờ cõi lòng chàng thi sỹ đa tình và rất dịu dàng. Con sóng tình đó không gây cho ta những bước sóng mạnh mê mà nó nhẹ nhàng thôi để ta cảm nhận được rằng xung quanh ta cuộc đời đang vận động ngoài ý muốn chủ quan của chúng ta. Nó không cần ta yêu hay ghét. Sóng chao không làm cho ta xao động mà lạ thay o Bướm mong manh, nhỏ bé lại làm cho ta phải xao xuyến trước vẻ mặn mà của nó.

Cô Bướm hữu duyên với chàng thi sĩ đã về vịn trên vai kẻ lạ, kẻ lạ không ai khác đó là chàng để an ủi vỗ về và thấu hiểu bằng chính vẻ đẹp của mình. Những câu thơ đẹp như mơ hay bởi vì nó được viết ra trong một giấc mơ dài của thi sĩ? Phải chăng tất cả những gì của cuộc đời này đang trở nên mong manh nhỏ bé thì NGƯỜI HỠI hãy biết chắt chiu nhặt nhạnh để yêu thương và gìn giữ. Hãy để những cánh bướm còn chút mặn mà ấy vịn lên vai ta mà điểm tô, mà khoe sắc vẻ đẹp cuộc đời và đem cho ta những yêu thương chở che đùm bọc...

* Đoản khúc 4/ TƯƠNG TƯ

Bướm hồng, hồng ngát sớm mai
Bay qua bỏ lại thiên thai giữa đường

Rụng đầy trong gió mùi hương

Hít hà lạ quá ta dường tương tư.

Tôi chưa bao giờ biết được nơi ở của Phương Tấn. Phải chăng xung quanh ông bao giờ cũng có màu sắc của hoa thơm và bướm đẹp. Bướm và hoa cứ bù đắp, cứ tô điểm cho nhau để những đàn bướm hồng như điệp trùng tô ngát cho những buổi mai cảnh sắc hư ảo như chốn thiên thai. Qua đó, ta cảm nhận được dưới con mắt, trong suy nghĩ của nhà thơ cuộc đời này bao giờ cũng đẹp.

Những cảm nhận của nhà thơ ở đây đã vô cùng tinh tế. Tôi nghĩ rằng tâm hồn của nhà thơ là muôn ngàn sợi tơ mong manh dễ cảm thụ những gì tinh tế nhất của tự nhiên. Nếu không thế, làm sao nhà thơ ngửi được mùi hương của đàn bướm thoảng bay trong gió. Thì ra đối với Phương Tấn, bướm không chỉ đẹp về màu sắc mà còn đậm cả mùi hương để rồi cứ thế ông hít hà ông tận hưởng. Rồi ông tương tư! Tương tư vì tình yêu hay tương tư với cuộc đời này, có lẽ ta không cần truy nguyên cho đến tận cùng vì rằng sự tương tư bao giờ cũng là vẻ đẹp của tình cảm đắm say.

* **Đoản khúc 5**/ CÕI MỘNG

*Có người phụng phịu ghét ghê
Ngăm nghe bỏ phứt lại mê đến già*

*O từ cõi mộng bước ra
Gần gần như bướm xa xa như người.*

Tôi thực sự không hiểu những nhân vật trữ tình hay nói khác đi những đại từ nhân xưng trong đoản khúc này. Mở đầu là người và người đó vì sao lại cứ phụng phịu để nhà thơ buông vào đây hai tiếng thật dịu dàng của con người chỉ biết sống tương tư: GHÉT GHÊ. Đây là lần thứ hai ông sử dụng hai từ này. Và rồi sao người đó lại có những cảm xúc xáo trộn như thế, vừa chối bỏ nhưng cũng vừa ôm ấp, níu kéo khi buông bỏ khi mê đắm. Rồi đại từ O xuất hiện kèm theo bóng dáng của O hay của gì ta chưa hiểu từ cõi mộng bước ra. O là đại từ nhân xưng của thổ ngữ miền Trung trở vào như CÔ ở miền Bắc vì ta đọc được sự quyện hòa trong câu dưới vừa viễn cảnh vừa cận cảnh của bướm và người. Sao bướm thì gần, người thì xa?

Phải chăng cái bộn bề người và bướm thì với

bướm nhà thơ có thể nắm bắt gần gũi, còn đối với người thì nhà thơ lại không thể vươn tới, không thể nắm cầm. Chỉ bốn câu thôi đã xuất hiện cả một thế giới người và bướm lạ mà quen, quen mà lạ. Gần mà xa, xa mà gần, thực và mộng, mộng mà thực. Cứ thế làm chao đảo cảm xúc của người đọc. Hình như thơ Phương Tấn thường như thế bắt người ta phải cùng ông say đắm hay hững hờ...

*** Đoản khúc 6**/ VẪN ĐỢI

Bướm đâu bướm đậu vườn hoang
Cho trầu trổ lá cho vàng buồng cau

Giếng xưa bỗng động tiếng gàu
Người xưa vẫn đợi, chờ nhau tiếng cười.

Cũng thật lạ sao đối với Phương Tấn loài bướm có điều gì đó thuộc về sức mạnh siêu phàm. Sức mạnh có thể làm cho chốn nhân gian hoang vu lạnh lẽo nhà trống vườn hoang và những cái giếng đã cạn khô ngụm nước ngọt lành này bừng lên sự hồi sinh. Dàn trầu của mẹ, của em héo khô nay bướm về đậu vào khu vườn hoang và giàn trầu lại trổ lá xanh tươi, cây cau lại trổ buồng thơm trái để một ngày nào đó làm đỏ thắm môi mẹ môi em và môi họ hàng. Cuộc sống đã hồi sinh vì bướm lại về để níu kéo sự đoàn tụ cho nhân gian cho giếng xưa lại động tiếng gàu và cho tiếng cười đoàn tụ mừng vui lại nở trên môi người.

Bướm của Phương Tấn bao giờ cũng đẫm hồn người là cớ làm sao? Có lẽ trong tâm hồn nhà thơ luôn mặc cảm về cái mong manh hư ảo của kiếp người nên luôn nguyện cầu sức mạnh từ loài vật mong manh nhỏ bé nhưng đối với ông nó tiềm ẩn sức mạnh siêu phàm, sức mạnh cứu rỗi tâm hồn ông, cứu rỗi chốn nhân gian buồn này!

* **Đoản khúc 7**/ TIẾNG XƯA

Mộng du, trời đất miên man
Cởi dây buộc nắng cho tràn vào đêm

Dư âm vàng rụng bên thềm
Dính trên vai bướm chợt thèm tiếng xưa.

Chỉ là "mộng du" thôi! Hãy cầu mong trời đất đừng miên man vì kiếp người đang miên man bao nỗi nhọc nhằn bươn chải trong cõi nhân gian buồn này. Nhưng đó là ta cầu mong thôi còn trời đất vẫn làm cái việc miên man mưa gió bão bùng của trời đất.

Khát vọng của thi nhân muốn có một sức mạnh vô biên làm cái việc siêu phàm cởi-dây-buộc-nắng cho trái đất này không còn bóng đêm mà chỉ toàn ánh sáng để rọi soi cho con người không bao giờ phải mộng du mò mẫm trong đêm dày. Cho mọi dư âm của ngày cứ vang động mãi bên thềm nơi con người thường hay ngồi đó để đợi chờ. Đợi ai, đợi gì ta không biết. Còn ở đây với Phương Tấn thì vẫn vậy. Ông vẫn đợi chờ cánh bướm để được dính trên vai bướm tiếng trong lành dịu ngọt ấm áp của ngày xưa khi trời đất và nhân loại còn được sống bình yên.

*** Đoản khúc 8/ KÊU THU**

Bướm đi bướm bỏ lại buồn
Hạ chưa hết hạ chuồn chuồn kêu thu

Thương ai, lòng tạt sương mù
Nhớ ai, dạ đậu mù u mà chờ.

Hình như cả vũ trụ ở đây đều thuộc về sự dở dang, dang dở vừa vội vàng lại vừa chùng chình. Cánh bướm mà nhà thơ rất yêu mến giờ như không chỉ bỏ ông mà đi, mà còn bỏ lại cả đất trời mà đi. Đi đâu ta không biết, chỉ biết nó đã đi rồi và để lại cho lòng người, cho đất trời một nỗi buồn không cánh giữa mùa hạ chưa đi mà mùa thu chưa về làm cho con chuồn khản giọng gọi mùa thu ơi! Còn con người - nhà thơ cũng không biết thương ai nữa mà cõi lòng cứ mù sương. Sương mù ở đây không bảng lảng buông mà nó tạt mạnh vào cõi lòng tê tái. Biết lòng ai đang chờ, đang đậu lại bên rặng mù u? Nơi hò hẹn của bao cô gái chàng trai mà mình chờ đợi.

Ôi, chỉ mới nghe hai từ mù u đã gợi cho ta một điều gì đó bất an. Đã mù còn u, phải chăng tình yêu trong đời của nhà thơ đã trải qua bao điều trắc trở, dang dở, chia ly như nỗi buồn man mác của điệu lý mù u "Trăng sáng chưa qua sông, à ơi mù u chưa chín / Trăng sáng qua bên sông, à ơi mù u đã rơi". Đại từ "Ai" cứ lặp lại cho ta một cảm giác vừa hững hờ vừa không còn niềm tin, không còn chỗ để níu kéo với cuộc đời.

* Đoản khúc 9/ DÂY OAN

Trăng ngồi nhõng nhẽo cùng sao
Bướm tha cọng nắng thả vào dây oan

Tình "kêu tích tịch tình tang" *
Tình tang tích tịch đôi đàng tương tư.

Trên trời cao thăm thẳm kia, trăng thì ngồi nhõng nhẽo cùng sao và dưới đất này, bướm lại có thể tha cọng nắng thả vào dây oan. Sao nhà thơ có thể cảm nhận được những điều phi lý đó.

Có một nhà thơ phương Tây đã nói rằng thơ là sự phi lý. Sự phi lý trong thơ chỉ có nhà thơ và may ra một vài người bạn thân của nhà thơ mới hiểu được. Thế thì tôi là người xa lạ cách nhà thơ hơn nửa vòng trái đất, tôi làm sao có thể hiểu được. Cái cọng nắng của nhà thơ có hình thù thế nào đây khi khoa học đã chứng minh rằng tia nắng đều là đường thẳng. Và cái dây oan nghiệt nữa là như thế nào, tôi cứ tưởng nó thuộc vào phạm trù tư tưởng tức là vô hình.

(*) Ca dao

Ta càng thấy được trí tưởng tượng của các nhà thơ giống như sự vô biên của vũ trụ. Ta cứ thế, mặc nhiên công nhận trăng biết nhõng nhẽo cùng sao và bướm đang tha cọng nắng thả vào dây oan như muốn đốt cháy nỗi oan khuất của cõi người và biết đâu nó để sưởi ấm cho nỗi oan khuất của cõi người tồn tại mãi mãi. Khi cõi người - tình chỉ là tiếng kêu đứt đoạn tích tịch tình tang, rồi lại tình tang tích tịch. Cho mọi lứa đôi cứ tương tư mà không bao giờ trọn vẹn.

Phải chăng đó là những gì mà nhà thơ muốn gửi gắm. Có thể trong các bạn khi đọc những dòng thơ của Phương Tấn, các bạn sẽ tìm cho mình một lời giải đáp nhưng theo tôi tất cả chúng ta đều là võ đoán.

* Đoản khúc 10/ HƯƠNG QUỲNH

Bướm đâu nhỏ nhẻ thấy thương
Trượng phu mát ruột vấn vương sợi tình

Đất trời như thể lặng thinh
Bóng ai phơ phất hương quỳnh đâu đây.

Tôi cảm nhận rằng khi viết 18 đoản khúc lục bát

này, nhà thơ trong tình trạng ảo giác trong vô thức. Hình như có một lực lượng siêu nhiên mà hư ảo thả rơi từng câu thơ rời rạc vào tâm hồn nhà thơ. Nhà thơ cứ thế ghép lại và những câu thơ rời rạc ấy cho ta một đoản khúc. Những đoản khúc nhiều khi không thuộc vào thế giới này mà nó ở đâu đó xa lơ xa lắc ngoài vũ trụ. Sự đối lập giữa một con bướm dễ thương với một bậc trượng phu. Ngoại cảnh là con bướm dễ thương ấy đã có một lực tác động mạnh mẽ vào tình cảm của nhà thơ. Cánh bướm chứ không phải con người tạo được cảm xúc mạnh mẽ ấy.

Nếu ta cứ truy nguyên đến tận cùng ngọn nguồn của thơ Phương Tân thì có thể ta sẽ không có điểm dừng. Ta chỉ biết rằng đấng trượng phu – nhà thơ đó đã có một phút giây vương vấn với con người. Mơ hồ thôi nhưng con bướm đã thức tỉnh được nhà thơ vượt qua được sự mơ hồ ảo giác. Thế nhưng rõ ràng nhà thơ không rũ bỏ được vì hình như đối với nhà thơ thế giới này là cõi ảo là mơ hồ trong cõi lặng thinh của đất trời. Nhà thơ chỉ cảm nhận được có bóng dáng của ai phơ phất nhưng không thuộc về hình ảnh cho nhà thơ nhìn thấy mà nhà thơ chỉ cảm nhận được nhờ hương quỳnh thoang thoảng trong đêm trăng. Cứ thế nhà thơ cứ mộng du trong cõi người hư ảo...

*** Đoản khúc 11** / NGUYỆT HOA

Bướm cười, nguýt tận bể dâu
Đất trời quýnh quáng để sầu phôi pha

Để buồn từ dạ tan ra
Để vui nó hót nguyệt hoa rộn ràng.

Sao không là em cười mà chỉ là bướm cười? Hay em đã hóa bướm tự ngàn xưa khi nhà thơ chưa sinh ra trong cõi người? Hay con người giờ không còn biết cười nữa.

Để cảm nhận được tiếng cười, điệu cười của bướm cũng chỉ có Phương Tấn. Sao bướm cười lại có sức mạnh siêu phàm soi thấu bể dâu cuộc đời và làm cho cả đất trời cũng quýnh quáng. Đất trời để sầu hay bướm cười để sầu, ta không thể biết. Nhưng nỗi sầu phôi pha thì mỗi con người đều có thể cảm nhận được qua chính sự phôi pha của cuộc đời mình. Sự ma lực của bướm cười chưa chịu dừng lại. Giờ như nó đã có sức mạnh tưởng như là một sự giải thoát khi ta đọc câu thơ "Để buồn từ dạ tan ra". Tôi nghĩ nỗi buồn ấy chỉ tan ra ngoài mà không trôi đi, nó cứ thế đọng mãi. Buồn thì tan ra còn vui thì lại hót nguyệt hoa rộn ràng. Sao tôi cảm nhận cái giọng cười ấy có cái gì vừa mỉa mai vừa khôi hài và tiếng cười đó như một điều gì thuộc về sự hoan lạc...

* Đoản khúc 12/ TƠ VƯƠNG

Bụt chùa, e chắc còn mê
Cái cô bướm nọ duyên ghê lạ thường

Tơ hồng rớt xuống sông Tương
Thôi ta buộc mối tơ vương thấu trời.

Cứ đọc mãi, rồi cứ cảm nhận mãi cho đến tận bây giờ tôi mới hiểu được cặn kẽ rằng cánh bướm của nhà thơ Phương Tấn là cánh bướm không có thực trong đời mà chỉ là một nơi một vật để anh ký thác cái mong manh của phận người. Hai nữa, cánh bướm là sự hóa thân của một người con gái đẹp nhất thế gian nhưng bạc phận đã không tồn tại trong đời để cùng nhà thơ sẻ chia gửi gắm.

Có phải vậy chăng mà cánh bướm đã trở thành nhân vật trữ tình trong thơ Phương Tấn. Cái cô bướm ghét ghê ấy đã ám ảnh gần cả cuộc đời ông. Cái cô bướm còn làm rung động cả trái tim các ông bụt ở trên chùa thì sức hút, sức cảm hóa của cô bướm đã làm cho ta cũng phải nản lòng mê muội trước cái duyên, cái đẹp lạ thường của cô ấy...

Chẳng còn gì nữa. Sao trên cõi đời này kể cả sợi tơ hồng xe duyên vô ảnh nữa cũng từ trên cao xanh rớt xuống dòng sông Tương hư ảo. Một dòng sông cũng đã cạn khô qua bao dâu bể không còn nữa trong đời. Nhưng nhà thơ lại có thể nhặt được cái hư ảo để làm cái việc hư ảo "Thôi ta buộc mối tơ vương thấu trời". Thấu trời thôi mà không thấu đất, không thấu cõi người vì có lẽ đất và người đã hoàn toàn vô cảm?

* Đoản khúc 13/ DUYÊN TÌNH

Trăng khều chú cuội rù rì
Cớ đâu ôm gốc cây si tội tình

Bướm cười xinh thiệt là xinh:
Cái duyên nó buộc cái tình, trăng ơi.

Hình như đối với Phương Tấn, trong đời và cả trong vũ trụ cái gì cũng rất trớ trêu, rất khôi hài. Trăng không phải là ngôi nhà, là nơi chở che cho chú Cuội được hạnh phúc cùng chị Hằng Nga mà chỉ là khều thôi. Chữ "khều" ấy hình như muốn nói đến cái nhạt nhẽo, cái thờ ơ của một cuộc tình. Đã khều còn chỉ để rù rì. Hai tiếng "rù rì" không gợi cho ta một điều thanh cao, minh bạch mà có gì thuộc về sự vụng trộm. Thế mà chú Cuội vẫn cứ ôm gốc cây si. Vâng, "cây si tình".

Trong sự tích thì chú Cuội ngồi gốc cây đa, còn với Phương Tấn thì lại là cây si như muốn nâng lên cõi đời đã và đang trong cõi si mê. Đang chú Cuội và trăng, giờ bỗng dưng lại xuất hiện một nàng bướm xinh thiệt là xinh. Phải chăng nhà thơ đã hoàn toàn vô thức? Và cô bướm ấy đang làm một công việc đáng ra chỉ có thể đó là công việc của con người của vũ trụ đem cái duyên buộc cái tình của trăng, của Cuội chứ không phải của người hay của nhà thơ. Hình như nhà thơ của chúng ta đang sống trong hoang tưởng?

* Đoản khúc 14/ MÌNH ƠI!

Ngẩn ngơ từ buổi kia kìa
Thuở trăng khỏa nước cầm nia sàng tình

Thuở bươm bướm hót tỏ tình:
Mình ơi thiếp lỡ thương Mình. Mình thương?

Không phải bây giờ mới ngẩn ngơ mà nhà thơ đã ngẩn ngơ từ thuở khai thiên lập địa. Thuở trăng đang xuống trái đất này để khỏa nước. Nhưng đó là cách hiểu thực dụng của tôi.

Thực ra, đây là hình tượng bóng trăng đầm đìa nước ở một cái hồ trong ký ức nào đó khi hai con người đang cột chặt vào nhau bằng sợi dây tình ái. Họ đang mê đắm nên mới cảm nhận được trăng đang sàng trong nước để chọn lọc những hạt ái tình dâng cho đôi trẻ.

Rồi nhà thơ của chúng ta lại lạc vào cõi hoang tưởng để trở về thuở mà loài bướm còn đang biết hót để tỏ tình với nhau. Thuở ấy, hai con người đang sống trong hạnh phúc mà chưa phải cách ngăn ly biệt. Vâng, những tiếng gọi nhau ở đây thật thân thương, thật ấm áp "MÌNH ƠI THIẾP LỠ THƯƠNG MÌNH. MÌNH THƯƠNG?" Dù thiếp chỉ lỡ thương Mình thôi thì Mình vẫn thương nhớ thiếp cho hết một kiếp người...

*** Đoản khúc 15/** QUẤY TÌNH

Thương ai quẫy sóng sông Đào *
Quẫy tình ngọt sánh rụng vào canh thâu

Cau kia chớ để thiệt trầu
Trầu thương trầu nhớ kêu rầu ruột gan.

Được tắm mát trong ngọn sông Đào sao còn phải thương. Đại từ "AI" ở đây không phải chỉ một người xa lạ. Không hiểu trong miền Nam có câu gọi của đôi vợ chồng trẻ còn đang ngượng ngùng như ở Nghệ An quê tôi không nhỉ? Vợ trẻ gọi và chồng trẻ trả lời vẫn chỉ đại từ "AI" ma thuật đó:

- Ai ơi về ăn cơm!
- Cơm ai nấu?
- Nấu chưa ai!

―――――
(*) *Muốn tắm mát thì lên ngọn sông Đào (ca dao).*

Có thân thương có ấm áp không các bạn? Tôi cứ nghĩ "AI" của Phương Tấn cũng là như thế. Trong cách xa chỉ mình em quẫy sóng nơi sông Đào sao anh lại không thương em cho được? Không chỉ quẫy sóng mà còn quẫy cả tình, nhưng không phải để dâng hiến mà để nó rơi vào đêm sâu, rơi vào phía không anh.

Cảnh chia ly ở đây được nhà thơ dùng hình tượng Trầu, Cau hai thứ không thể sống tách biệt vì thế chẳng còn gì nữa. Cau phải được quyện vào trầu thêm chút vôi nữa cho thắm môi hai họ trong ngày trao duyên. Nhưng ở đây đã có một điều gì đó ngang trái nên nỗi nhớ của lá trầu đã làm rầu ruột gan của những lứa đôi sống ly tan...

* **Đoản khúc16**/ TÌNH CAY

Bóng gần rồi lại bóng xa
Trăng như chếnh choáng như ngà ngà say

Cuội cười, trời đất lăn quay:
Khoan hò khoan hỡi tình cay tình nồng.

Tôi chưa thực sự thấu hiểu đoản khúc lục bát này. Hình như khi vắng hẳn những cánh bướm mong manh hư ảo thì đối với Phương Tấn vũ trụ và cõi người cứ quay cuồng trong thác loạn? Phải chăng trong giấc mộng chàng đã thoáng thấy bóng bướm lúc xa lúc gần, lúc ẩn lúc hiện trong ánh trăng chập chờn chếnh choáng như đang say. Ở đâu đó vang lên tiếng cười của chú cuội đã làm cho trời đất lăn quay. Quá thương nhớ Bướm, chàng đã trở thành kẻ mộng du quay cuồng trong ảo giác...

* Đoản khúc 17/ BẾN KHUYA

Cắm sào ngồi chực thuyền neo
Trăng già rớt bóng chao bèo bến khuya

Tiếng chuông rụng xuống sông kìa
Trầu kia héo cuống cau kia héo buồng.

Dù đã cắm sào đợi chờ. Một nỗi đợi chờ hình như đã không giới hạn. Nhưng nỗi đợi chờ ở đây thật vô vọng dù nhà thơ không cho biết đang đợi chờ điều gì nhưng ta có thể hiểu rằng đó là nỗi đợi chờ người yêu thương. Nhưng rồi nhà thơ chỉ nhận được một ánh trăng già rớt xuống, những cánh bèo trôi dạt trong đêm khuya quạnh vắng. Rồi thê thảm hơn là tiếng chuông chùa hiu quạnh nào đó không ngân nga mà lại RỤNG giữa dòng sông trôi đi biệt tăm. Và rồi sự chia ly, tan vỡ lại đến. Những lá trầu héo cuống và những quả cau héo buồng lả tả rơi trong đêm vắng.

Càng về cuối thơ Phương Tấn càng não nề, thê thảm. Hình như đã có một nỗi tuyệt vọng ngấm đầy từng câu thơ…

* **Đoản khúc 18**/ SẦU TÌNH

Sầu tình, dẫu lấy gàu sòng
Tát thiên thu vẫn không mong cạn sầu

Bóng câu khoe trúc bạc đầu
Khoe mai tàn cánh khoe màu thời gian.

Nỗi sầu của tình yêu bao giờ cũng là nỗi sầu vạn cổ. Nỗi sầu vô biên không giới hạn. Người ta bảo rằng" Thuận vợ, thuận chồng bể Đông cũng có thể tát cạn". Còn nỗi sầu tình thì càng tát càng đầy dù có tát đến ngàn năm đi chăng nữa.

Hiểu bóng câu như thế nào nhỉ? Có phải hình tượng được rút ra từ câu thành ngữ "Thời gian đi nhanh như bóng câu qua cửa". Thời gian trôi để lại dấu ấn của sự tàn phai. Sao lại là trúc bạc đầu? Là mai tàn cánh? Nếu hiểu đây là cây trúc bạc đầu, hoa mai tàn cánh thì tôi nghĩ không còn là Phương Tấn nữa và lại không còn là thơ Phương Tấn nữa. Cổ nhân đã ví cây trúc là chỉ người quân tử và cây mai là thục nữ thuyền quyên. Tôi yêu đoản khúc này nhất vì phần nào nó nói được bản ngã quân tử của nhà thơ và vóc dáng người yêu của chàng lãng tử si tình...

@ KHÚC VĨ THANH

Tôi chưa được đọc nhiều thơ của Phương Tấn, nhưng với 18 đoản khúc lục bát này tôi xin có một lời khẳng định: Phương Tấn chỉ có thể sáng tạo ra thế giới thi ca chỉ khi và khi ông đã hoàn toàn vô thức và hoang tưởng. Xin nhà thơ và các bạn đừng nghĩ tôi coi ông là người hoang tưởng trong cuộc sống đời thường mà chỉ khi ông sáng tạo thi ca mà thôi.

Có thể như nhà thơ Hoàng Cầm đã tự bạch về tác phẩm bất hủ của ông - bài thơ "LÁ DIÊU BÔNG". Ông bảo rằng: Ông không làm bài thơ đó mà đang nửa đêm ông nghe có tiếng ai đó đọc và ông choàng dậy lấy giấy bút vội vàng chép lại những câu thơ và bài thơ đã hoàn chỉnh, sáng ra ông thấy tờ giấy với cây bút đè lên và bài thơ "Lá Diêu Bông" đã ra đời đến ngày nay, và tôi tin sẽ còn mãi đến muôn sau.

Những điều tự bạch của cố thi sĩ Hoàng Cầm đã cho tôi khẳng định rằng 18 đoản khúc lục bát của Phương Tấn có thể được sáng tạo ra trong một giấc mơ dài. Phải chăng trong giấc mơ ấy nhà thơ đã nhận được những thông điệp từ một lực lượng siêu nhiên nào đó và cũng như Hoàng Cầm, Phương Tấn chỉ là người thư ký ghi lại những thông điệp từ vũ trụ xa xôi gửi về cho ông?

Đọc 18 đoản khúc ta thấy được yếu tố phi lí lấp đầy mà sự phi lí ở đây đã đi đến tận cùng của sự phi lí mà chúng ta không thể hiểu được vì nó không có thực trong đời. Những điều mà chỉ có thể tồn tại trong trí tưởng tượng của nhà thơ giống như sự vô biên của vũ trụ. Những điều chỉ tồn tại trong thế giới hoang tưởng của các nhà thơ. Khi đó đối với nhà thơ không có gì là không có thể trong cách nghe, cách nhìn và trong cảm thụ. Xin ai đó đừng bao giờ tranh luận với các nhà thơ vì phần thắng luôn thuộc về họ.

Điều thứ hai sau khi đọc 18 đoản khúc lục bát đã củng cố thêm về suy nghĩ của tôi. Tôi luôn coi thơ đích thực - những bài thơ tồn tại vĩnh hằng theo thời gian - chính là sự vụt hiện, sự lóe sáng của thiên tài. Mặc dù trong đời họ không phải là những thiên tài. Trong lịch sử thi ca đã xuất hiện những tác phẩm như thế.

Có thể sự khẳng định của tôi không được tác giả và các bạn đồng thuận. Nhưng tôi nghĩ tôi có chút quyền nhỏ bé của mình khi cảm nhận và bình luận thi ca.

Cuối cùng cũng xin được thưa rằng tôi chỉ là người yêu thơ và viết bình luận nghiệp dư thôi. Tôi không có một văn bằng liên quan đến văn học nghệ thuật mà chỉ có mảnh bằng kỹ sư địa chất. Đã đất đá thì chẳng có chút gì liên quan với văn chương. Mong các bạn rộng lòng lượng thứ.

Nguyễn Xuân Dương
(Bắc Ninh, 15/11/2018)

(*) *Trích:* **Những vần thơ chạm lửa** - NXB Đại học Thái Nguyên 2019.
(**) **Nguyễn Xuân Dương**, *tác giả: Ấn Tượng Thơ Bắc Ninh (NXB Hội Nhà Văn), Cảm Nhận Văn Chương (NXB Hội Nhà Văn), Nguyễn Ngọc Hưng Thơ Như Là Duyên Phận (NXB Đại Học Thái Nguyên), Những Vần Thơ Chạm Lửa (NXB Đại Học Thái Nguyên).*

* **Nhà thơ Bùi Mỹ Dung**

"LỤC BÁT PHƯƠNG TẤN" TỪ MỘNG MƠ ĐẾN NGHẸN NGÀO, CHẾT ĐIẾNG

LỤC BÁT PHƯƠNG TẤN là một tập thơ gồm những bài thơ lục bát ngắn, cô đọng nhưng lại khiến người đọc cảm được rất sâu cái hồn của mỗi bài thơ.

Ở những bài thơ của tuổi học trò thơ ngây hồn nhiên, Phương Tấn đã đưa người đọc trở về một thời áo trắng mộng mơ. Và bằng những từ ngữ dân dã dễ thương như: O, Qua, Bậu... đã khiến người đọc thấy gần gũi với tình cảm quê hương. Những điệp từ vừa lạ vừa ngộ nghĩnh đôi khi lại khắc khoải xót xa như một nét nhấn nhá cho bài thơ đậm nét sinh động hơn như:

Im nghe bàn ghế thầm thì
Nghe trong sách vở li ti là tình.
(Tỏ Tình)

Một vườn chim hót trong thơ
Líu lo líu lít thơm tờ thư xanh.
(Thư Xanh)

*Lên xe lục cục qua cầu
Ôi anh lẽo đẽo trông rầu rĩ ghê*

*Nghe trong tiếng guốc đi về
Và trong vành nón xum xuê là tình.*
(Lẽo Đẽo)

Và cũng với những điệp từ, tác giả lại khiến người đọc vô cùng đớn đau cho sự mất mát đau thương của những người thân đã vĩnh viễn lìa bỏ thế gian này để người ở lại chìm sâu vào nỗi nhớ khôn nguôi. Những câu thơ trích trong hai bài thơ khóc bạn của tác giả mà người đọc như cảm được mối thân tình giữa hai cõi tử sinh:

*Từ anh bỏ lại tuổi mai
Cát vàng thả gió chia hai bạn bè.*

***Bừng bừng** xô dạt lòng khe
Ván khua **lách cách** hồn **khe khẽ** về.*
(Ván Khua Lách Cách Hồn Khe Khẽ Về)

*Xôn xao lụa gió điêu tàn
Thôi yên, sầu thổi nhạc vàng xuống thân.*
(Thôi Yên, Sầu Thổi Nhạc Vàng Xuống Thân)

Tôi đã khóc khi đọc bài thơ *"Ngày Hẹn Nhau Ngày*

Vĩnh Biệt". Bài thơ mà tác giả khóc cho người thân yêu nhất đã lìa bỏ trần gian khi tuổi đời đang xuân sắc. Tôi đọc và đưa tay xiết chặt trái tim mình. Nước mắt nào cho đủ để rơi cho nỗi nghiệt oan này:

Bay lên
    bay lên
        bay lên

Với em
    hồn phách
        bay lên
            vút trời.

Lệ rơi
  lệ rơi
    lệ rơi

Với em
    xác thả
        rong chơi
            cõi trần.

Chia thân
    Chia thân
        Chia thân

Vói em
*   xin chút*
*   mộ phần*
*   làm vui.*
*   (Ngày Hẹn Nhau Ngày Vĩnh Biệt)*

Và khi vết thương chưa kịp lành thì trái tim tác giả lại một lần nữa nát tan vì sự ra đi của người Mẹ mà tác giả một mực kính yêu. Đọc mà nghẹn ngào mà **chết điếng** khi nước mắt tác giả đã không còn mà chỉ còn những tràng cười điên dại bật lên "vui" cùng nỗi đau bên mộ Mẹ đến nỗi "đất trời chết điếng trần gian **mịt mùng**".

Mót tàn hơi, níu thời gian
*Đất trời chết điếng trần gian **mịt mùng***
Mông lung** trời đất **mông lung
Con cười bên mộ vui cùng nỗi đau.
*   (Con Cười Bên Mộ Vui Cùng Nỗi Đau)*

Và người con ấy lại khắc khoải trăn trở khóc cho "Mẹ Việt Nam" đang ngày đêm bị gặm mòn thân thể:

*Đất không **lí lắc lí la***
*Trời không **ríu rít ríu ra** tỏ tình.*

Núi cao cứ đứng lặng thinh.
Sông sao cứ khóc mỗi mình hỡi sông?
(Đất Trời Và Núi Sông)

Tiếng kêu nỉ non của bìm bịp, tiếng nhạn thảng thốt như chia sẻ nỗi đau quặn thắt của tác giả trước sự tàn lụi của quê hương và mất biển:

Uổng công Mẹ bón biển Đông
*Phàm phu **quậy sóng** quặn lòng nước non*

Buồn nghe bìm bịp nỉ non
*Nhạn kêu **thảng thốt** đâu còn cố hương?*
(Quặn Lòng)

Đau thương và bất lực trước sự mất, còn của quê hương tác giả đã chua xót kêu lên những tiếng kêu khắc khoải:

*Cú ca chi khúc **thê lương***
***Héo queo** chiếc bóng dặm trường một tôi*

Ngóng quê từ chốn xa xôi
Sáo kêu: "Mất, Mất. Thôi rồi Nước ơi!"
(Nước Ơi!)

Đọc LỤC BÁT PHƯƠNG TẤN để thấu cảm và

chiêm nghiệm với bao cung bậc hỉ nộ ái ố trong cõi vô thường này. Với tôi, LỤC BÁT PHƯƠNG TẤN có sức hút lạ thường. Cảm xúc thấm đẫm trong chữ, trong câu, trong đoạn đến từng bài LỤC BÁT PHƯƠNG TẤN.

Bùi Mỹ Dung
(Sàigòn, tháng 1 năm 2020)

(*) **Bùi Mỹ Dung**, *tác giả "Người Đàn Bà Trong Đêm" (Tuyển tập Thơ-Văn do NXB Hội Nhà Văn xuất bản 2019). Có mặt trong bộ sách "108 Nhà Thơ Nhà Văn Việt Giữa Thế Kỷ 20" do nhà thơ, nhà biên khảo Ngô Nguyên Nghiễm biên soạn, NXB Hội Nhà Văn xuất bản 2020.*

* **Nhà báo, nhà thơ Nguyễn Thiện**

THI NHẠC
TRONG THƠ LỤC BÁT
CỦA THI SĨ PHƯƠNG TẤN

Với tôi thơ lục bát như một loài hoa quý trổ ra trên cây ngôn ngữ Việt Nam, tôi xem lục bát là thể thơ thuần Việt, đã có từ lâu, nhưng chưa rõ xuất phát từ thời đại nào. Từ lục bát, đã có truyện Kiều của Nguyễn Du, Lục Vân Tiên của Nguyễn Đình Chiểu, truyện Hoa Tiên của Nguyễn Huy Tự,… Và, trên thi đàn Việt thế kỷ 20 không thiếu những nhà thơ bất tử cùng lục bát, đó là Nguyễn Bính, Huy Cận, Xuân Diệu, Thâm Tâm, Phạm Thiên Thư, Luân Hoán, Phương Tấn...

LỤC BÁT PHƯƠNG TẤN - Tác phẩm mới của tác giả là một trong những khuôn mặt văn chương miền Nam do nhà xuất bản Nhân Ảnh ấn hành tại Hoa Kỳ năm 2018.

Thi nhạc là nhạc cảm luôn có trong quốc thi lục bát. Khởi đầu phát cảm từ tâm hồn của nhà thơ, nhịp lục bát của Phương Tấn nâng thành bằng trắc, trắc bằng những cung bậc như là dân ca:

Một o bươm bướm mặn mà
Vịn vai kẻ lạ khoe tà áo xuân.

Thơ lục bát của thi sĩ Phương Tấn rong chơi trong cung bậc cảm xúc, rồi đi vào cảm thụ của lòng người:

Bướm đi bướm bỏ lại buồn
Hạ chưa hết hạ chuồn chuồn kêu thu

Thoát ra từ thanh, vần, điệu của ngôn ngữ lục bát. Có thể nói thanh, vần, điệu là những dụng cụ để hòa tấu nhạc trong thơ:

Bướm hồng, hồng ngát sớm mai
Bay qua bỏ lại thiên thai giữa đường.

Cảm thụ thi nhạc còn trừu tượng và khó hơn cảm thụ âm nhạc. Cảm thụ thi nhạc phải cảm thụ bằng lòng, bằng hồn chứ không phải bằng tai. Nếu các bạn đọc một bài thơ mà thấy hồn mình hòa vào hồn của bài thơ thì bạn sẽ cảm thấy cái tuyệt vời của thơ.

Là tôi muốn nói, thơ lục bát của thi sĩ Phương Tấn có thi nhạc.

Tình kêu tích tịch tình tang
Tình tang tích tịch đôi đàng tương tư.

Nguyễn Thiện

(*) Nhà báo, nhà thơ **Nguyễn Thiện**, tên thật Nguyễn Văn Thiện sinh 1955 tại Cần Đước, Long An. Sống tại Sài Gòn. Mất 2021. Sáng lập Tủ sách Thi Văn Việt 2015. Tác phẩm đã xuất bản: Bi Kịch Khát Vọng (tiểu thuyết), Chuyện Tình Cô Gái Rừng Xanh (tiểu thuyết).
(**) Các câu thơ trong bài viết được trích trong bài thơ **Ngọt Ngào Bướm Hót Giữa Lòng Thế Gian** của thi sĩ **Phương Tấn**.

* Nhà thơ Bùi Mỹ Dung

Lật trang kinh. Tụng chữ Tình
Vạn trang kinh mỗi chữ Mình. Mình ơi!

Sau khi đọc lời tự sự của tác giả: "Một hành giả đã chứng ngộ sau nỗi đau quằn quại trong cõi vô thường". Và, đọc hết 3 bài thơ mang cùng một nội dung, một tâm trạng: "Chuyện Đời Xưa, Cô Tiên Và Chàng Thi Sĩ", Ngó Tâm, Thấy Phật Chắt Chiu Cội Tình", "Lật Trang Kinh. Tụng Chữ Tình"- tôi bàng hoàng và chợt hiểu tại sao hầu hết những bài thơ của nhà thơ Phương Tấn thường phảng phất một nỗi buồn sâu thẳm. Nhất là thể loại thơ lục bát.

Bài một:
CHUYỆN ĐỜI XƯA,
CÔ TIÊN VÀ CHÀNG THI SĨ

Bài thơ lục bát gồm 7 khổ thơ. Mới đọc tựa, tôi nghĩ là tác giả viết về một huyền thoại nào đó. Song đây lại chính là mối tình đẹp như mơ từ "cái thuở ban đầu lưu luyến ấy" của chính tác giả.

Cái thuở mà chàng chứng kiến người mình yêu:

*Ô hay nụ đã ra hoa
Trà mi đã trổ mặn mà thuyền quyên.
(Câu 1 và 2, khổ thơ thứ hai).*

Quãng đời đẹp nhất của một người con gái là đây. Dịu dàng, e ấp và mong manh như một đóa hoa. Và với tâm hồn lãng mạn của một "Chàng Thi Sĩ" thì hình dáng người con gái ấy đã hóa thành "Cô Tiên."

*Nghe đâu có một cô tiên
Vịn vai thi sĩ, dịu hiền bước ra.
(Câu 3 và 4 khổ thơ thứ hai)*

Cô Tiên vịn vai Chàng Thi Sĩ bước ra. Một hình ảnh thật đẹp và tôi cứ tự hỏi rằng nếu không có Chàng Thi Sĩ thì nàng có thành Cô Tiên không, hoặc ngược lại nếu nàng không xuất hiện liệu chàng có thành thi sĩ.

Và có lẽ đây là một đôi thanh mai trúc mã mà tơ hồng đã ngầm se duyên cho họ từ tiền kiếp nên đã khiến họ gặp nhau và hai trái tim đã rung lên những giai điệu yêu thương.

Và rồi:

Tiếng chim chật cả khoang đò
Líu la líu lít hôm đò sang sông

Có ai đốt rạ vườn hồng
Mà thơm mùi lúa mà hong ngọn tình.
(Khổ thơ thứ 4)

Tôi rất thích khổ thơ này vì hình ảnh quá đẹp và hạnh phúc. Ngày nàng lên đò sang sông không những có sự chúc mừng của hai gia đình mà chim chóc cỏ cây cũng đồng hưởng chúc phúc cho họ.

Hình ảnh con đò nhỏ với hai người yêu nhau trên dòng sông êm đềm thơm mùi khói đốt đồng khiến lòng người không khỏi những xuyến xao.

Thế nhưng:

Dưng không. Trời trút cơn giông
Bão đâu ập xuống rối bòng một đôi
(Câu 1 và 2 khổ thơ thứ sáu)

Con thuyền nhỏ đến lúc phải ra biển lớn và giông tố đã ập đến cướp đi sinh mạng của người vợ trẻ cùng đứa con còn chưa nhìn thấy cuộc đời:

"Dưng không."

Hai từ thôi khiến người đọc hụt hẫng như rơi vào tận cùng của nỗi đau cùng tác giả.

"Dưng không."

Một câu hỏi không có câu trả lời. Tại sao và tại sao...

Ông bày chi cảnh trớ trêu trên số phận của con người vậy hỡi ông. Phải chăng ông muốn minh chứng rằng trần gian là bể khổ và trần gian sẽ mãi mãi không thể là thiên đường.

Nát lòng xẻ bóng lẻ đôi
Bóng kêu u uẩn. Một tôi giữa đời.
(Câu 3 và 4 khổ thơ thứ sáu)

Bóng đây còn hình đã đi về một nơi rất xa. Một bóng u uẩn chỉ còn biết ngó trời trông đất mà ngậm ngùi đau thương. Nỗi u uẩn này có lẽ đã đi theo tác giả suốt cuộc đời, đồng thời đã đi vào không biết bao nhiêu bài thơ của ông.

Với một người sống nội tâm, ngoài thơ văn để trải lòng thì có lẽ đêm chính là người bạn tri kỷ của ông.

Khoắt khuya trải dạ ra phơi
Ngọn tình ướt lệ thương thời phu thê

Đêm nhàu bỏ lạc sao khuê
Ngó trời trông đất cõi về nhẹ tênh.
(Khổ thơ thứ 7)

Ở khổ thơ này tôi như nhìn thấy một người đàn ông cô đơn lẫn cô độc đang đứng giữa trời đất bao la mà trải lòng. Trời biết đất biết và Cô Tiên của ông biết ông đau dường nào. Có lẽ sau một cuộc hành trình dài đăng đẳng với nỗi cô đơn tột cùng thì với ông:

Cõi về nhẹ tênh.

Vâng. Sau khi cuộc hành trình ở cõi tạm này kết thúc, nơi Ta về sẽ được gặp lại những người ta yêu dấu. Nơi không còn khổ đau, không còn chia cắt nữa phải không, thưa tác giả!

Bài hai:
**NGÓ TÂM, THẤY PHẬT
CHẮT CHIU CỘI TÌNH**

Tôi đã đọc đi đọc lại bài thơ lục bát gồm 6 khổ thơ này. Thực lòng tôi muốn tìm một điều gì đó vui vui trong bài thơ để mừng cho một nhà thơ mà tôi luôn kính trọng vì hầu hết thơ của ông mà tôi được đọc đều mang những giai điệu buồn. Nhưng tôi đã không tìm thấy mà chỉ thấy một nỗi nhớ da diết, một nỗi buồn sâu thẳm, một tình yêu vĩnh hằng mà nhà thơ dành cho người mình yêu.

Ở khổ thơ đầu, tác giả đã sử dụng những câu từ rất ư là dân dã để miêu tả một hình ảnh vui tươi của những chú chim đang mùa yêu đương:

*Hổm rày chim chóc ì xèo
Ỏng a ỏng ẹo mè nheo đất trời.*

Cảnh vật chung quanh thì ai cũng thấy rất vui tươi nhưng lòng của tác giả lại đang sầu nhớ. Đọc đến đây, tôi bất chợt nhớ đến hai câu thơ của đại thi hào Nguyễn Du: *"Cảnh nào cảnh chẳng gieo sầu, Người buồn cảnh có vui đâu bao giờ."* Vâng, nhìn cảnh đôi chim âu yếm nhau, tác giả lại nhớ da diết đến người mình yêu:

*Chim thưa, chim đẹp nhất đời
Chèn ơi, Mình đẹp ngời ngời hơn chim.*

Khi một người gọi chồng hay vợ hoặc người mình yêu bằng "Mình" thì chắc chắn đó là một người mà "Mình" đã dành tất cả tình cảm cho một nửa của "Mình."

Ở khổ thơ thứ hai, hai chữ "Mình thương" đầu câu và hai chữ "Thương Mình" cuối câu đã cho ta thấy rất rõ tình yêu tha thiết và rất đỗi dịu dàng của nhà thơ dành cho người mình yêu. Yêu là thế thương là thế, thế nhưng dù đã "chùm hum" viết cả triệu câu thơ nhưng vẫn không viết nổi một câu "Thương Mình." Tình yêu có một lực hút và sâu lắng kỳ lạ!

*Mình thương, thương thiệt à nha
Dạ trao bên bến, ruột rà ngu ngơ*

Chùm hum làm triệu câu thơ

Vẫn không làm nổi câu thơ thương Mình.

Tác giả không viết nổi hay chưa kịp viết, thì bây giờ "một nửa của mình" cũng không còn đọc, còn nghe được nữa rồi! "Mình thương," "Thương Mình." Ôi còn lời yêu nào tha thiết, đáng yêu hơn thế chăng!

Ở khổ thơ thứ ba, trong tâm tưởng của tác giả đã khắc sâu hình bóng người mình yêu và chỉ với mấy câu thơ ta đã hình dung ra hình ảnh một người phụ nữ duyên dáng mà tác giả đã dùng nghệ thuật nhân cách hóa - cỏ cây thì nũng nịu nũng na, mây thì ỏn ẻn mượt mà để miêu tả:

Cỏ cây nũng nịu nũng na
Và mây ỏn ẻn mượt mà bóng duyên.

Nỗi nhớ, nỗi thương chất đầy trong vô vọng mà không thể san sẻ cùng ai. Nên bất chợt thấy điều gì tác giả cũng có thể liên tưởng đến người mình yêu:

Thấy nhãn lồng, nhớ chim quyên
Lia thia nhớ chậu, nhân duyên... nhớ Mình.

Đôi lứa yêu nhau quấn quýt như hình ảnh dây trầu

cuốn lấy thân cau. Cớ sao tạo hóa bày chi cảnh trớ trêu để đôi lứa phải chia lìa trái ngang:

Nhớ Mình, nhớ lá trầu cay
Cay cay lại nhớ cau kia... nhớ trầu

Nhớ trầu, cau có khóc đâu
Mà sao ướt cả canh thâu với tình.

Vâng tôi có khóc đâu mà nước mắt tôi rơi nhiều đến vậy khi đọc đến khổ thơ thứ tư này. Hình ảnh người đàn ông từng đêm gửi những giọt nhớ giọt thương đến người mình yêu khiến tôi nghẹn ngào.

Ở khổ thơ thứ năm, câu thơ thứ hai đọc thoáng qua cứ tưởng tâm hồn tác giả đã lắng xuống và chấp nhận cái *"phận mỏng"* phũ phàng mà duyên nghiệp đã dành cho để cùng nắm tay bước lên con *"Thuyền chung."*

Ngờ đâu,
Thuyền chung. Phận mỏng. Đôi đàng bụi tro.

Âm dương chia cắt. Đau quá, xót quá! Sự cô độc khiến cho dù người đàn ông có cứng cỏi đến đâu cũng phải rũ xuống trong bi thương đến tột cùng:

Thương ai, vạc đứng buồn xo
Nhớ ai, bìm bịp co ro kêu chiều.

Ở khổ thơ cuối, với tâm trạng bi thương, tưởng rằng lên chùa sẽ tìm được sự bình an, chia sẻ nhưng Phật kia cũng chỉ là những bức tượng buồn thiu, trơ cứng. Tôi là người Công giáo, không am hiểu nhiều về đạo Phật nhưng có nhớ một câu rằng:

"Phật tại Tâm"

Có lẽ tác giả cũng đã nghĩ thế chăng, nên…

Ngó tâm, thấy Phật chắt chiu cội tình

"Cội tình" phát xuất từ tâm nên tác giả đã "Ngó tâm…" để thấy tình yêu được "chắt chiu" và bám rễ trở thành nguồn cội "vãng sinh":

Cội tình mọc cõi vãng sinh

Dẫu biết *"Cội tình mọc cõi vãng sinh"* nhưng nỗi nhớ nỗi thương trong ông vẫn trĩu nặng nên tâm ông chưa tịnh, phiền não chưa thoát, để:

Khuya khuya giỡn bóng ghẹo hình. Mình ơi!

Bằng câu thơ kết quá đỗi xót xa. Và tôi, đã không đọc nổi hai chữ "Mình ơi!" vì nước mắt đã nhòe theo tiếng kêu thê thiết của ông!

Bài ba:
LẬT TRANG KINH.
TỤNG CHỮ TÌNH

Đây là một trong những bài có trong tập thơ "Lục Bát Phương Tấn" mà tôi đã khóc nhiều nhất. Chỉ vỏn vẹn 6 khổ thơ gồm 12 cặp lục bát cho cả một câu chuyện tình so ra là quá ít để có thể diễn đạt hết những gì cần bày tỏ.

Từ những câu thơ êm ái nhẹ nhàng đi dần đến những câu thơ đau đớn xót xa đã đưa tôi vào một câu chuyện tình đẹp nhưng lại có một cái kết đau thương khôn cùng:

Tung tăng gió giỡn cùng mây
Chao ôi nắng trải thơm đầy dạ ai!

Í a, bậu quýnh quên cài
Để thương lồ lộ. Mối mai thập thò.

Khổ thơ thứ nhất là khoảng thời gian đẹp nhất của đôi trai gái yêu nhau thuở còn trong trắng thơ ngây. Tình yêu đã làm cô gái "quýnh quáng" không dấu được niềm thương nhớ trong ánh mắt, và thế là trái tim chàng trai đã tan chảy. Rồi họ đã bỏ lại danh lợi hư vinh để đổi lấy những tháng ngày hạnh phúc bên nhau.

Qua đây cũng có quạt mo
Bậu cười xin đổi ba bò chín trâu

Qua rằng qua chẳng lấy trâu
Bậu ơi lấy bậu tình sâu là tình!

Sang khổ thơ thứ hai với những câu từ đậm chất dân dã dễ thương, tác giả đã vẽ nên một bức tranh tình yêu tuyệt vời. Thế nhưng cuộc đời có ai học hết chữ ngờ. Khi tình yêu của họ đã đơm hoa kết trái. Họ hân hoan mong chờ ngày đứa con bé bỏng chào đời. Thì bỗng đâu trời đất sụp đổ cùng chuyến xe định mệnh tang thương:

Dưng không núi đứng chết trân

Còn sông khóc mướt. Cõi trần ngộ ghê!

Bậu ơi hết bậu ngồi kể
Thơ qua đắng ngắt. Đi. Về. Lạnh tanh.

Ở khổ thơ thứ ba này tác giả đã bất chợt đưa người đọc vào một bước ngoặt khiến người đọc hụt hẫng xót xa. Đọc đến đây thì cảm xúc tôi vỡ òa. Núi đứng chết trân có lẽ cũng không ví được với tâm trạng người đàn ông đã chết lặng khi nhận được hung tin người thương yêu nhất của mình đột ngột lìa xa cuộc đời này. Nước mắt nào cho đủ để khóc thương cho người đã khuất và nước mắt nào còn đủ để khóc cho người ở lại.

Sông khóc mướt còn tôi thì nức nở nghẹn ngào. Tim tôi thắt lại như có bàn tay ai đang bóp lấy và xiết chặt. Tai tôi như vang lên tiếng kêu cứu và đôi mắt tuyệt vọng kinh hoàng của người mẹ trẻ với đứa con sắp chào đời trong bụng như cuồng quay trong đầu tôi.

Chỉ còn vài ngày nữa thôi... Cao xanh ơi có thấu cho nỗi đau thương tột cùng này. Tôi cũng chết điếng và như rơi vào một cõi mông lung vô tận.

Vì đâu nên nỗi để một người phụ nữ đã đến ngày nở nhụy khai hoa phải dấn thân trên những chuyến đi dài để kiếm tiền sanh con. Vì đâu mà đồng bào tôi phải gánh chịu bao đắng cay cơ cực. Vì đâu mà những con người tài hoa phải vất vưởng lắt lay giữa bể đời. Những tháng ngày ấy tôi còn là một đứa bé con. Tuy chưa cảm nhận được sự khổ cực nhưng cái đói đã ám ảnh tôi cho tới ngày hôm nay.

Vì mưu sinh, người mẹ sẵn sàng làm tất cả vì con mình, nhưng định mệnh trớ trêu đã lấy đi sinh mạng của cả người mẹ và đứa con còn chưa kịp cất tiếng khóc chào đời.

Im nghe cây cỏ càu nhàu
Chim uyên chắc lưỡi dàu dàu bóng xuân

Cớ chi đậu nhánh trầm luân
Bậu kêu dáo dác tình quân điếng lòng.

Với một tâm hồn mong manh đôn hậu như nhà thơ Phương Tấn, tôi tự hỏi làm sao ông có thể vượt qua và tồn tại sau biến cố đau thương này. Định mệnh quá nghiệt ngã đã đem đến nỗi mất mát quá lớn này cho ông. 38 năm giữ kín trong lòng, nay nhà thơ đã "đổ lòng ra giấy," chia sẻ nỗi đau cùng chúng ta qua LẬT TRANG KINH. TỤNG CHỮ TÌNH:

Lật trang kinh. Tụng chữ Tình
Vạn trang kinh mỗi chữ Mình. Mình ơi!

Bậu đi bỏ bóng bỏ đời
Bỏ qua hiu quạnh bỏ trời quạnh hiu.

Tôi đọc mà khóc rưng rức như một đứa trẻ. Hình bóng người vợ thân yêu đã lấp đầy vạn trang kinh. Và hình ảnh một người đàn ông cô đơn ngồi với cuốn kinh mà nước mắt nhạt nhòa khiến tôi không kìm nén được cảm xúc của mình. Lời kinh nào có thể xoa dịu cho tâm hồn nứt toác được an yên. Lời kinh nào có thể trả lại những những dấu yêu đã mất, ngoài mỗi chữ "Mình. Mình ơi!"

Núi cao. Cao tít, tít xa
Tịnh không. Đá nở nụ hoa bồ đề

Lành thay! Bụi phủ sông mê
Ô hay thuyền ngộ. Bốn bể là không.

Sách Phật có câu: "Nước mắt chúng sanh nhiều

hơn bốn biển." Có lẽ trong đó có cả nước mắt của nhà thơ Phương Tấn trong 38 năm qua. Bấy lâu, ông như con thuyền trôi trên sông phủ đầy phiền não, nay con thuyền đã vượt qua cơn mê dài và ngộ ra "bốn bề là không" của thế gian. Tâm hồn ông đã bình an, thanh tịnh. Nụ hoa bồ đề đã nở ngay trong tâm hồn đá lạnh, cô độc của ông.

Tôi đã đọc nhiều, rất nhiều những bài thơ từ ngũ ngôn đến những thể loại thơ khác của nhà thơ Phương Tấn. Tất cả đều mang một nỗi buồn thăm thẳm. Trước đây, qua tập thơ "DI BÚT CỦA MỘT NGƯỜI CON GÁI" với bút hiệu Thái Thị Yến Phương vỏn vẹn 16 bài thơ làm từ những năm 15, 16 tuổi trong thận phận của một cô "gái điếm" - nhà thơ Phương Tấn đã lấy đi không biết bao nước mắt của người đọc và bút mực của báo chí thời bấy giờ.

Và bây giờ qua tập thơ LỤC BÁT PHƯƠNG TẤN của ông với một phong cách, một giọng điệu rất riêng. Những con chữ bình dị nhưng hàm xúc, những hình ảnh thật đẹp nhưng lạ lẫm. Cuốn hút tâm hồn tôi bay về một nơi nào đó thật xa. Nơi mà khổ đau, phiền não tưởng chừng bám víu vào từng chữ, từng câu trong thơ ông. Nhưng thật ra càng đọc, càng ngẫm, hóa ra nó đã buông xả, giải thoát khỏi tâm ông. Chỗ cuối trong thơ ông chỉ còn là chỗ cho cảm xúc sẻ chia, yêu thương tỏa sáng, và nồng nàn bao dung...

Lành thay! Bụi phủ sông mê
Ô hay thuyền ngộ. Bốn bề là không.

Bùi Mỹ Dung
(Sàigòn, tháng 6 năm 2021)

* Nhà giáo Công Huyền Tôn Nữ Qui Hồng

ĐỌC "PHỦI TÂM RỚT HẠT BỤI TRẦN" THƠ PHƯƠNG TẤN

ĐOẢN KHÚC 1

Tiếng chuông ngân dài trong không gian đối với người bàng quan có thể chỉ là sự nhắc nhớ về thời gian, nhưng đối với một tâm hồn đã nhuốm buồn đau thì:

Tiếng chuông trầm lụy vọng kinh vô thường

Tiếng chuông thấm vào hồn một nỗi u ám như thử thế giới này là một cõi vô hồn vô tri không hiểu được ta, và lời kinh đâu đây không thể nào mang đến giải thoát. Nghe chuông, nghe kinh mà thương ghét vẫn lẩn quẩn trong suy nghĩ. Tâm động!

Và trong bụi đất vô minh
Tiếng chuông trầm lụy vọng kinh vô thường

Thương thương. Ghét ghét. Thương thương
Còn đây. Mất đó. Nghe dường rỗng không.

Cách ngắt câu với những dấu chấm trong hai câu trên giống như những đoạn phim nhấn mạnh và dừng lại, khiến khán giả nín thở. Ở đây, độc giả phải ngừng đọc để lần theo tiếng chuông chùa ngân nga trong thinh lặng. Và, cũng chính cách ngắt câu trong các câu của bài thơ không khác từng nhịp mõ đánh thức kẻ thiện tâm *"Phủi tâm rớt hạt bụi trần."*

ĐOẢN KHÚC 2

Thương thay cho một tâm hồn mà tử biệt phân ly đã gợi một sự bất an! Cố gắng xua đi phiền não nhưng càng muốn lánh thì tâm trí lại càng vương mắc. Không mong gì được là ta trở về với vô ưu một khi đời đã cho ta bao phiền não, đã dạy ta bao bài học nặng nề:

Đừng trông mong. Đừng đợi mong
Lội sông vớt bóng vương dòng phù vân

Phủi tâm rớt hạt bụi trần

Lấm lem khổ lụy dậy mầm phân ly.

Chia lìa là một nỗi khổ. Phân ly nghe chừng lại dằn xé hơn, đó là cái ly biệt của phân tán do thời cuộc chứ không do đổi thay trong lòng.

ĐOẢN KHÚC 3

Một ánh chớp lóe lên trong tâm tưởng cho ta quyết định nương nhờ cửa từ bi. Phải chăng từ cửa thiền ta sẽ được trở về nguyên bản? Ánh đạo vàng sẽ soi rạng tâm can, sẽ gột rửa nỗi hoang mang thường trực của ta:

Ô kìa, ánh chớp từ bi
Gửi trong vô lượng xanh rì nguyên sơ

Con người từ khi cất tiếng khóc chào đời cho đến khi nhắm mắt xuôi tay, vẫn loay hoay trong vòng tròn sinh lão bệnh tử. Cuộc sống và cái chết cận kề nhau, thấy trước mắt trong chiến tranh, thế nhưng người ta vẫn chìm đắm trong ấy:

Ô kìa, tiếng khóc trẻ thơ
Thế gian chìm đắm bên bờ tử sinh.

ĐOẢN KHÚC 4

Đã vào chốn thiền môn:

Tay lần hạt. Lật trang kinh

Nhưng hỡi ôi, tâm trí vẫn không rũ bỏ được bao điều ám ảnh! Những gì có đó rồi không đó. Thì sao nào? Tại sao ta lại không thể không ngừng nghĩ đến mất và còn? Đến ta và không ta?

Sắc không. Không sắc. Giật mình. Mình ư?

Tự trấn tĩnh dốc tâm hiểu đạo để tìm ra cốt lõi của việc trở về chân nguyên, nơi phát sinh sự sống mà chưa hề có dấu vết của bụi trần.

Lật trang kinh. Tìm chân như

Liệu ta có tìm được không hoa vô ưu để nó phát triển trong tâm trí?

Phật ơi, đời loạn! Trầm tư, kiếp người!

Khi mà chung quanh ta cuộc chiến đang gây bao

chia lìa tang tóc, con người không thể không trầm tư. Thế hệ thanh niên lớn lên trong chiến tranh là một thế hệ buồn, như nhạc sĩ Trịnh Công Sơn cũng mang cùng tâm trạng:

Trẻ thơ ơi, trẻ thơ ơi
Tim buồn từ ngày mẹ cho mang nặng kiếp người.
(Gọi Tên Bốn Mùa)

ĐOẢN KHÚC 5

Nếu đời là một giấc mộng thì đôi khi là ác mộng của những tâm hồn trong trắng đang mang tin yêu bước vào đời. Khó mà lường được ai là người ngay thẳng tốt bụng để ta tin vào công bằng, bác ái và ai là những kẻ dối trá lọc lừa. Cho đến khi nhận ra CHÂN GIẢ thì thật là tội nghiệp cho những cánh chim non run rẩy giữa phong ba! Tránh mưa sa bão táp tìm nơi ẩn trú thì nhìn quanh toàn những rắn rết, diều hâu cú vọ!

Ác ma giả khóc giả cười
Níu chân phiền não giả người thiện tâm

Lúc này, may thay với tấm lòng thành, ta tin vẫn

có nơi nương náu để tìm về chân nguyên - đó là nơi Phật Pháp hiện diện, là nơi gieo niềm hy vọng xanh tốt cho cõi đời này vốn đã quá phiền não:

*Thiện căn trổ nhụy xanh mầm
Pháp thân tọa giữa chân tâm cõi đời.*

Ta đã có một chốn an lành để trú với mong ước chính ta cũng sẽ là mầm non cho cây đời trổ lá thiện tâm che bóng mát cho đời.

ĐOẢN KHÚC 6

Tiếng chuông ngân xa, vang lên, vươn lên cao khi lòng người reo vui, nhưng lại trầm xuống khi lòng người quá sầu não. Có cảm tưởng như mọi thứ đã an bài, cứ trễ nãi như thử mọi người mọi nơi vẫn theo một trật tự khó đổi thay:

*Chúng sinh nằm gác vai đời
Tiếng chuông vọng xuống đất trời sầu bi.*

Chúng sinh còn ngụp lặn trong bể trầm luân. Thế thì cuộc đời này chỉ mãi là sầu bi mà tiếng chuông kia làm sao có thể đánh thức khỏi giấc ngủ mê?

Nhưng mà có. Ta tin là có. Ta có thể được dẫn dắt thì chúng sinh cũng sẽ lần lượt tìm đến như ta, nhờ lượng từ bi mở ra cánh cửa an trú cho ta tìm về.

Tìm đến Thiện Duyên không phải là ngẫu nhiên mà là nỗ lực tìm kiếm nhằm đưa những ĐIỀU LÀNH vốn có trong trời đất đến với chúng sinh:

Ô kìa, ánh chớp từ bi
Gửi trong vô lượng xanh rì nguyên sơ.

ĐIỀU LÀM ĐỘC GIẢ NHẸ LÒNG LÀ CUỐI CÙNG...

Lần đầu tiên khi cầm đọc bài thơ PHỦI TÂM RỚT HẠT BỤI TRẦN của thi sĩ Phương Tấn, tôi cảm thấy hơi khô khan như một bài triết lý. Thế nhưng dừng lại ở mỗi khổ thơ thì lại bắt đầu thấy thú vị, muốn hiểu hơn.

Tôi nhận ra rằng, tác giả đã tách bài thơ làm 6

khổ thơ. Mỗi khổ thơ là một đoản khúc. Và, 6 đoản khúc này đi với nhau thì gần giống như một bài kệ. Mới tuổi 19. 20 mà tâm hồn tác giả đã mang nặng một nỗi khổ đau của thế gian, đã viết nên một bài thơ vô cùng thâm thúy. Thật đáng phục.

Bài thơ viết theo thể lục bát, niêm vận chuẩn nhưng lại phá cách ở mỗi nhấn câu, khiến cho người đọc cảm thấy như THƠ MỚI. Cách ngắt câu rất lạ. Chúng ta hãy đọc ở khổ 1:

Thương thương. Ghét ghét. Thương thương
Còn đây. Mất đó. Nghe dường rỗng không.

Hay như ở khổ 4:

Tay lần hạt. Lật trang kinh
Sắc không. Không sắc. Giật mình. Mình ư?

Lật trang kinh. Tìm chân như
Phật ơi, đời loạn! Trầm tư, kiếp người.

Qua tìm hiểu, tôi được biết bài thơ PHỦI TÂM RỚT HẠT BỤI TRẦN được thi sĩ Phương Tấn sáng tác năm 1964, lúc cùng bạn là thi sĩ Hoàng Tư Thiện ⁽*⁾ đến sống tại Chùa Bà Đen, Tây Ninh. Cả hai khi ấy đều là những thanh niên còn quá trẻ. Thế nhưng, tôi lại đọc được tư tưởng "yếm thế" như ở lứa tuổi bảy mươi của chính tôi hôm nay. Danh xưng "Ta" trong bài cảm nhận của tôi là vì lý do này.

Tôi xúc động lặng người đi khi mường tượng cảnh đời lạc lõng của hai thanh niên xa gia đình, nương náu cửa chùa mà vẫn không tìm được sự bình an cho tâm hồn:

Ác ma giả khóc giả cười
Níu chân phiền não giả người thiện tâm.

Điều làm độc giả nhẹ lòng là cuối cùng những người trẻ tuổi ấy cũng vững vàng để đem CHÂN TÂM của mình đi gieo mầm xanh tươi từ ngôi chùa mình an trú. Từ đó họ có thể:

Lật trang kinh. Tìm chân như.

Thi sĩ PHƯƠNG TẤN đã ghi lại tâm tư của thế hệ ông trong bối cảnh đất nước loạn lạc, mà ở bất cứ nơi đâu trên trái đất này, có chiến tranh là có nhiễu nhương và những con người muôn mặt.

Công Huyền Tôn Nữ Qui Hồng
(Canberra, tháng 9/2021)

(*) Thi sĩ **Hoàng Tư Thiện**, tác giả tập thơ **Trăng Khuyết** - NXB Đà Nẵng 2005. Mất ngày 16 tháng 3 năm 2004 tại Đà Nẵng.
(**) **Công Huyền Tôn Nữ Qui Hồng** sinh tại Huế, dòng dõi Tuy Lý Vương. Cha mẹ và anh chị em trong gia đình đều theo nghiệp Văn. Đã học Văn Khoa tại Viện Đại học Đà Lạt. Dạy học trước 1975 tại Cam Ranh, sau 1975 tại Sài gòn. Hiện sống tại Úc Châu.

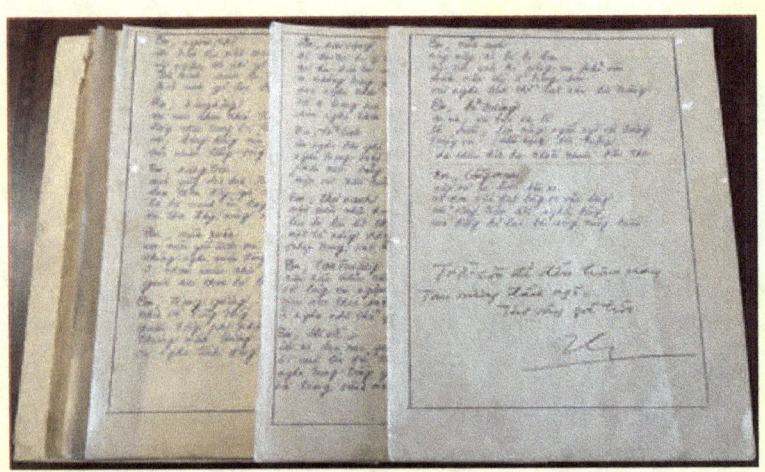

Thủ bút của nhà thơ Phạm Thiên Thư đã hơn 45 năm trên các bài thơ lục bát của Phương Tấn.

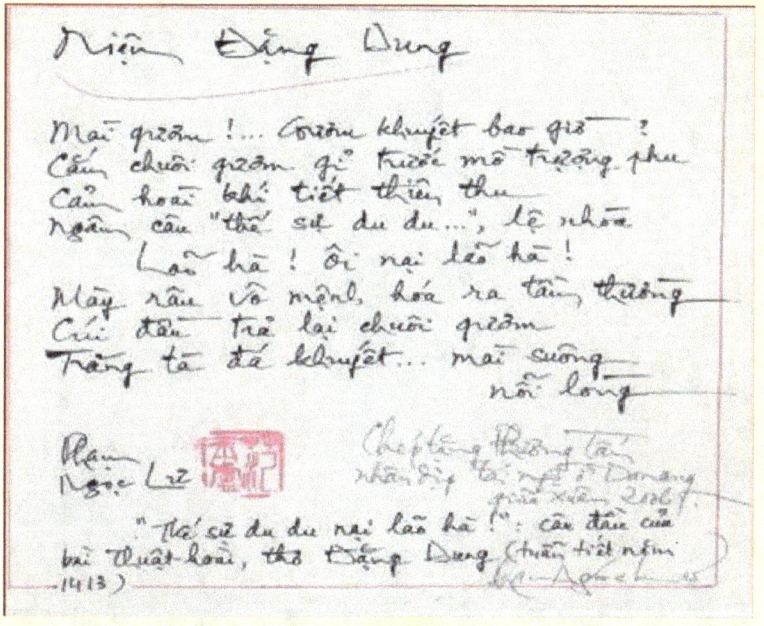

Thủ bút của nhà thơ Phạm Ngọc Lư năm 2006, chép tặng Phương Tấn bài thơ NIỆM ĐẶNG DUNG sau khi đọc bài thơ lục bát VỖ GƯƠM DỘI BÓNG ANH HÀO của Phương Tấn.

PHƯƠNG TẤN
TÁC GIẢ VÀ TÁC PHẨM

THƯƠNG CHI MÀ THƯƠNG QUÁ - *Tranh Đỗ Duy Tuấn.*

PHƯƠNG TẤN

Tên thật: Nguyễn Tấn Phương
Sinh năm 1946 tại Đà Nẵng.

*** Các bút hiệu đã ký:**

Phương Tấn, Nguyễn Tấn Phương, Hồ Tịch Tịnh, Thích Như Nghi, Người Thành Phố, NTP, Chị Ngọc Ngà, Phương Phương, Hồng Ân, Thái Thị Yến Phương...

Các báo đã cộng tác:

Tuổi Xanh, Tuổi Ngọc, Tuổi Hoa, Tinh Hoa, Áo Trắng, Mây Hồng, Phượng Hồng (Bình Dương), Thằng Bờm, Phổ Thông, Mai, Thời Nay, Bách Khoa, Văn, Văn Học, Dân Ta, Ngàn Khơi, Khởi Hành, Hồn Văn, Tiểu Thuyết Tuần San, Quật Khởi, Cấp Tiến, Văn Nghệ Tiền Phong, Phụ Nữ Diễn Đàn, Độc Lập, Đuốc Nhà Nam, Thế Hệ Trẻ, Ngôn Luận, Dân Chủ, Hòa Bình, Thế Đứng, Bạn, Bạn Trẻ, Công Luận, Thực Tế, Gió Mới, Kiến Thức Ngày Nay, Thể Thao, Thể Thao Ngày Nay, Văn Nghệ & Đời Sống, Điện Ảnh & Kịch Trường, Văn Tuyển, Văn Chương, Vận Động, Quán Văn, Cửu Long, Đối Thoại (Đại học Văn Khoa), Lý Tưởng (Không Quân), Mối Dây (Hướng Đạo), Thương Yêu (Du Ca), Lập Trường (Huế), Sức Mạnh (Đà Nẵng), Sóng (Tuy Hòa), Sài Gòn Mới, Thư Quán Bản Thảo, Thế Giới Văn Học, Văn Hữu, Người Việt, Việt Báo, Việt Mỹ, Ngôn Ngữ, Ra Khơi, Chiến Sĩ Cộng Hòa, Diệu Quang...

Và các trang mạng: Newvietart, Núi Ấn Sông Trà, Vuôngchiếu, Saimonthidan, Thang-phai.blogspot, Học xá, Văn Thơ Lạc Việt, Tuongtri, Việt Luận Úc Châu, Banvannghe, Art2all.net, Dutule.com, Saigonocean, Vanchuongviet...

* Chủ bút các tạp chí:

1. *Sau Lưng Các Người* (1963)
2. *Cùng Khổ* (1968)
3. *Ngôn Ngữ* (1973)

* Tác phẩm đã xuất bản:

1. *Rừng* (thơ in chung 1963, tuyệt bản).
2. *Vỡ* (thơ in chung 1965, tuyệt bản).
3. *Thơ Tình Của Một Thi Sĩ Việt Nam Trên Đất Mỹ* (xuất bản tại Hoa Kỳ đầu năm 1970, tái bản tại Việt Nam cuối năm 1970, tuyệt bản. Lưu trữ tại "Cornell University Library, USA" năm 1970).
4. *Khổ Lụy* (thơ 1971, tuyệt bản).
5. *Trai Việt Gái Mỹ* (ký sự 1972, tuyệt bản).
6. *Hòa Bình Ta Mơ thấy Em* (bút ký 1972, tái bản 1974, tuyệt bản).
7. *Di Bút Của Một Người Con Gái* (thơ, bút hiệu Thái Thị Yến Phương xuất bản 2017, tái bản 2019).
8. *Lục Bát Phương Tấn* (thơ 2018, tái bản 2023).
9. *Lung Linh Tình Đầu* (thơ 2023).
10. *THƠ PHƯƠNG TẤN - Tuyển tập 1* (thơ 2023).

*** Tác phẩm sẽ xuất bản:**

1. *Thưa Mẹ* (thơ và những trang bút ký rời gửi Mẹ).
2. *Vớt Bình Minh Trong Đêm* (thơ 5 chữ).
3. *Chết Sững Cơn Mơ* (thơ).
4. *Di Bút Của Một Người Con Gái* (thơ, tái bản lần thứ hai).
5. *Hòa Bình Ta Mơ Thấy Em* (bút ký, tái bản lần thứ hai).
6. *Đà Nẵng - Máu, Nước Mắt và Tôi* (phóng sự những ngày cuối tháng 3/1975 tại Đà Nẵng (đã đăng nhiều kỳ trên nhật báo Độc Lập đầu tháng 4/1975) + Nguyễn Thành Trung - Người Dội Bom Dinh Độc Lập Là Ai? (bài báo, đã đăng trên nhật báo Độc Lập tháng 4/1975).
7. *Những Kẻ Xa Lạ Bỗng Chốc Hóa Thân Quen* (bút ký).
8. *Những Ngọn Nến Trong Cõi Ta Bà* (Bút ký).
9. *Phương Tấn - Bạn Văn, Báo Chí & Dư Luận.*
10. *THƠ PHƯƠNG TẤN* (thơ).

* **_Phương Tấn & Võ Thuật:_**

Trước 1975, đặc phái viên miền Trung bán nguyệt san *"Võ Thuật"*. Sau năm 1975 trong ban chủ biên 2 tạp chí: *"Nghiên Cứu Võ Thuật" & "Tìm Hiểu Võ Thuật"*.

* **_Chủ bút các tạp chí:_**

1. Sổ Tay Võ Thuật (1992 đến 2014).
2. Ngôi Sao Võ Thuật (1999 đến 2010).

* **_Tác phẩm Võ thuật đã xuất bản:_**

1. Võ Sư, Đại Lực Sĩ Hà Châu - Phá Sơn Hồng Gia Quyền (1992).
2. Sáu Khuôn Mặt Võ Lâm Việt Nam (1992).
3. Wushu - Võ Thuật Trung Hoa Cổ điển & Hiện Đại (Với Grand master Nguyễn Lâm, 1994).
4. Quảng Nam Võ Đạo (Một bộ 2 cuốn, 1995).
5. Thái Cực Võ Đạo (1997).
6. Antoine Le Conte, Người Mang Theo Quê Hương - Antoine Le Conte, Celui Qui Porte Son Pays Dans Son Coeur (Việt - Pháp, 2008).
7. Những Người Mở Đường Đưa Võ Việt Ra Thế Giới - Pioneers Who Have Paved The Way For Vietnamese Martial Arts To The World (Việt - Anh - Pháp, 2012, tái bản 2014).

* Tác phẩm võ thuật sẽ xuất bản:

1. Tự Điển Võ Việt.

* Khởi xướng tại Việt Nam:

1. The International Festival Of Vietnamese Traditional Martial Arts (Liên Hoan Quốc Tế Võ Cổ Truyền Việt Nam).

2. Hong Bang World Martial Arts Festival (Đại hội Võ thuật Thế giới Hồng Bàng).

*** Thơ Phương Tấn góp mặt:**

1. *Nhân Chứng* (150 tác giả hiện đại, NXB Nhân Chứng 1967).
2. *Thơ Miền Nam Trong Thời Chiến* (Bộ sách 2 cuốn do Thư Ấn Quán xuất bản tại Hoa Kỳ năm 2009.
3. *Văn Học Miền Nam 1954 - 1975* (Bộ sách 2 cuốn. Nhận định, Biên khảo, Thư tịch do nhà phê bình văn học Nguyễn Vy Khanh biên soạn, Toronto Nguyễn Publishings xuất bản năm 2016, tái bản năm 2018. Hệ thống Amazon phát hành).
4. *Tác Giả Việt Nam - Vietnamese Authors* (Lê Bảo Hoàng sưu tập. Songvan Magazine xuất bản năm 2005, NXB Nhân Ảnh tái bản lần thứ nhất năm 2006, tái bản lần thứ hai năm 2017, tái bản lần thứ ba năm 2020. Hệ thống Amazon phát hành).
5. *Chân Dung Văn Nghệ Sĩ Việt* (Bộ sách 2 cuốn. Nhà phê bình văn học, nhà thơ Ngô Nguyên Nghiễm biên soạn và giới thiệu qua 15 bộ môn văn học nghệ thuật Việt Nam. NXB Hội Nhà Văn xuất bản năm 2016 và 2018.
6. *Chân Dung Bạn Văn* (Nhà thơ, nhạc sĩ Phan Ni Tấn biên soạn và giới thiệu qua Online).
7. *Theo Gót Thơ* (Hà Khánh Quân tuyển chọn và giới thiệu. NXB Nhân Ảnh xuất bản năm 2018. Hệ thống Amazon phát hành).

8. *Hư Ảo Tôi* (Nhà thơ Tôn Nữ Thu Dung và Tạp chí văn học Tuong Tri tuyển chọn và giới thiệu. NXB Tuong Tri xuất bản năm 2018).

9. *Thơ Việt Đầu Thế Kỷ 21* (Nhà thơ Luân Hoán, nhà thơ Lê Hân, nhà văn - họa sĩ Khánh Trường tuyển chọn. NXB Nhân Ảnh xuất bản năm 2019. Hệ thống Amazon phát hành).

10. *43 Năm Văn Học Việt Nam Hải Ngoại* (Bộ sách gồm 7 cuốn do nhà phê bình văn học Nguyễn Vy Khanh, nhà thơ Luân Hoán, nhà văn - họa sĩ Khánh Trường thực hiện. NXB Mở Nguồn xuất bản năm 2019. Hệ thống Amazon phát hành).

11. *Những Vần Thơ Chạm Lửa* (Tác giả Nguyễn Xuân Dương biên soạn và giới thiệu. NXB Đại học Thái Nguyên xuất bản năm 2019).

12. *Về Nhánh Sông Xưa* (Nhà thơ Cao Thoại Châu tuyển chọn và giới thiệu. NXB Hội Nhà Văn xuất bản năm 2019).

13. *10 Nhà Thơ Việt* (Chuyên đề "Suối Nguồn" do nhà phê bình văn học, nhà thơ Ngô Nguyên Nghiễm biên soạn và giới thiệu. NXB Hội Nhà Văn xuất bản năm 2019).

14. *Thơ Những Người Thua Cuộc - Poems Of The Losers* (Nhà thơ Nguyễn Hữu Thời tuyển chọn và dịch thuật. NXB Sống xuất bản năm 2019).

15. *Thơ Người Việt Ở Hải ngoại* (Nhà thơ Lý Phượng Liên và nhà thơ Nguyễn Nguyên Bảy tuyển chọn. NXB Hội Nhà Văn xuất bản năm 2019).

16. *Tình Nghĩa Mẹ Cha* (NXB Nhân Ảnh tuyển chọn và xuất bản năm 2020. Hệ thống Amazon phát hành).

17. *Nhà Thơ Nhà Văn Việt Giữa Thế Kỷ XX* (Một bộ 3 cuốn do nhà phê bình văn học, nhà thơ Ngô Nguyên Nghiễm biên soạn và giới thiệu, NXB Hội Nhà Văn xuất bản năm 2020).

18. *Tuyển Thơ Tình Người* (Nhà thơ Lê Quý Long tuyển chọn, NXB Đồng Nai xuất bản 2022).

19. *Tình Thơ Mùa Xuân* (NXB Nhân Ảnh tuyển chọn và xuất bản năm 2023).

LỤC BÁT PHƯƠNG TẤN

MỤC LỤC

* PHƯƠNG TẤN TRÒ CHUYỆN CÙNG BẠN 7

I. LỤC BÁT PHƯƠNG TẤN
1. Tỏ tình 11
2. Thư xanh 11
3. Nai vàng 12
4. Lọ lem 12
5. Trước cổng trường 13
6. Tan trường 13
7. Nàng tiên 14
8. Bông hồng 14
9. Trên đường 15
10. Lẽo đẽo 15
11. Lãng mạn 16
12. Bỏ trường 16
13. Trong gương 17
14. Người con gái giữa biển 21
15. Người đàn ông đi vào 22
16. Mèo đêm 25
17. Đỗ vạ 26

18. Trúc mai 26
19. Thút thít 27
20. Chỏng chơ 27
21. Ru Phương, Phương ngủ đi thôi 28
22. O Xuân 30
23. Ván khua lách cách hồn khe khẽ về 35
24. Thôi yên, sầu thổi nhạc vàng xuống thân 36
25. Ngày hẹn nhau ngày vĩnh biệt 37
26. Ngày vĩnh biệt ngày hẹn nhau 39
27. Ầu ơ, con ẩm bóng theo tạ đời 40
28. Con cười bên mộ vui cùng nỗi đau 40
29. Trăng già vắt xác bên hàng trầm luân 41
30. Cõi xa vằng vặc một màu quạnh hiu 41
31. Vô thường 42
32. Bướm hót 45
33. Bóng duyên 45
34. Vịn vai 46
35. Tương tư 46
36. Cõi mộng 47
37. Vẫn đợi 47
38. Tiếng xưa 48
39. Kêu thu 48
40. Dây oan 49
41. Hương quỳnh 49
42. Nguyệt hoa 50
43. Tơ vương 50

LỤC BÁT PHƯƠNG TẤN

44. Duyên tình 51
45. Mình ơi! 51
46. Quẫy tình 52
47. Tình cay 52
48. Bến khuya 53
49. Sầu tình 53
50. Chuyện đời xưa, cô Tiên và chàng Thi sĩ 57
51. Ngó Tâm, thấy Phật chắt chiu cội tình 60
52. Lật trang kinh tụng chữ tình 62
53. Phủi tâm rớt hạt bụi trần 64
54. À ơi! 69
55. Đất trời và núi sông 70
56. Quặn lòng 70
57. Nước ơi! 71
58. Nhớ xưa 71
59. Én lạc 72
60. Khổ lụy 72
61. Chào xuân 73
62. Kết cỏ 73
63. Dội bóng 74
64. Thả mộng 74
65. Mộng ư? 75
66. Nam Mô! 76
67. Tha hương 76
68. Bỏ đời 77
69. Chết non 77

70. Bóng người bóng thú 78
71. Múc nắng 78
72. Nhặt bóng 79
73. A Men! 79
74. Oan khiên 80
75. Mẹ trông cha giữa chiến trường Mậu Thân 83
76. Túy ngọa sa trường quân mạc tiếu 84

II. CẢM NHẬN
* Nhà thơ Luân Hoán 87
* Nhà văn Trần Hoài Thư 94
* Nhà thơ Nguyễn Nhã Tiên 96
* Tác giả Nguyễn Xuân Dương 101
* Nhà thơ Bùi Mỹ Dung (1) 128
* Nhà báo, nhà thơ Nguyễn Thiện 134
* Nhà thơ Bùi Mỹ Dung (2) 137
* Nhà giáo Công Huyền Tôn Nữ Qui Hồng 154
* Thủ bút nhà thơ Phạm Thiên Thư 164
* Thủ bút nhà thơ Phạm Ngọc Lư 165

III. PHƯƠNG TẤN, TÁC GIẢ & TÁC PHẨM 169

IV. MỤC LỤC 178

Liên Lạc Tác Giả
Phương Tấn
phuongtanlacdatuton@yahoo.com

Liên Lạc Nhà Xuất Bản
Nhân Ảnh
han.le3359@gmail.com

www.ingramcontent.com/pod-product-compliance
Lightning Source LLC
Chambersburg PA
CBHW070600010526
44118CB00012B/1391